കുട്ടികൾ അറിയേണ്ട കേരളം

kuttikal ariyenda keralam

•

dr. archana harikumar

•

first edition
february 2019

•

typesetting & published
chintha publishers, thiruvananthapuram

•

cover
veecee abhlash

വിതരണം

ദേശാഭിമാനി ബുക്ക് ഹൗസ്

H O തിരുവനന്തപുരം-695 035
phone: 0471-2303026, 6063026
www.chinthapublishers.com
chinthapublishers@gmail.com

ബ്രാഞ്ചുകൾ

ഹെഡ്ഡാഫീസ് ബ്രാഞ്ച് കുന്നുകുഴി • സ്റ്റാച്യു തിരുവനന്തപുരം • കെ എസ് ആർ ടി സി ബസ് സ്റ്റേഷൻ ആലപ്പുഴ • കെ എസ് ആർ ടി സി ബസ് സ്റ്റേഷൻ എറണാകുളം • ഐ ജി റോഡ് കോഴിക്കോട് • മാവൂർ റോഡ് കോഴിക്കോട് • എൻ ജി ഒ യൂണിയൻ ബിൽഡിങ് കണ്ണൂർ • സെൻട്രൽ ബസ് ടെർമിനൽ കോംപ്ലക്സ് താവക്കര കണ്ണൂർ

CO - 2748 / 4942
ISBN - 978-93-88485-20-3

കുട്ടികൾ അറിയേണ്ട കേരളം

(ബാലസാഹിത്യം)

ഡോ. അർച്ചന ഹരികുമാർ

ചിന്ത പബ്ലിഷേഴ്സ്
തിരുവനന്തപുരം-695 035

ഡോ. അർച്ചന ഹരികുമാർ

ആലപ്പുഴ ജില്ലയിലെ കരുവാറ്റയിൽ ജനിച്ചു. ആനുകാലികങ്ങളിലും റിസർച്ച് ജേർണലുകളിലും ലേഖനങ്ങളും പ്രബന്ധങ്ങളും എഴുതുന്നു. കരുവാറ്റ എൻ എസ് എസ് സ്കൂൾ, ആലപ്പുഴ എസ് ഡി കോളേജ്, ചങ്ങനാശ്ശേരി എൻ എസ് എസ് കോളേജ്, മാവേലിക്കര (കുന്നം) ബി എഡ് കോളേജ് എന്നിവിടങ്ങളിൽ വിദ്യാഭ്യാസം. 'നാട്ടുരാജ്യങ്ങളുടെ ചരിത്രാനുവർത്തനം മലയാള സിനിമയിൽ' എന്ന വിഷയത്തിൽ എം ജി സർവ്വകലാശാലയിൽനിന്ന് ഡോക്ടറേറ്റ്, ഡിഗ്രിക്ക് കേരളസർവ്വകലാശാലയിൽ രണ്ടാം റാങ്കും (2006) പി ജിക്ക് എം ജി സർവ്വകലാശാലയിൽ ഒന്നാം റാങ്കും (2008) നേടി. പുരോഗമന കലാസാഹിത്യസംഘത്തിന്റെ 2008 ലെ ഡോ. എസ് രാജശേഖരൻ പുരസ്കാരം, സാംസ്കാരിക വകുപ്പിന്റെ 2013 ലെ കുഞ്ചൻനമ്പ്യാർ പ്രബന്ധപുരസ്കാരം, കെ കെ നായർ ട്രസ്റ്റ് പുരസ്കാരം, ലയൺസ് എക്സലൻസ് പുരസ്കാരം, അഗ്രോഫെസ്റ്റ് പ്രതിഭാ പുരസ്കാരം തുടങ്ങിയവ ലഭിച്ചിട്ടുണ്ട്.

സാഹിത്യചരിത്രവിജ്ഞാനീയം (സഹലേഖിക), *കിഞ്ചന വർത്തമാനം* (സഹലേഖിക) എന്നിവ കൃതികൾ. റിട്ട. ഡെപ്യൂട്ടി തഹസീൽദാർ ഹരികുമാരൻ നായരുടെയും കരുവാറ്റാ ഗ്രാമപഞ്ചായത്ത് മുൻ അംഗം എസ് ജയശ്രീയുടെയും മകൾ. എഴുത്തുകാരനും ആലപ്പുഴ എസ് ഡി കോളേജ് മലയാള വിഭാഗം അസി. പ്രൊഫസറുമായ ഡോ. സജിത്ത് ഏവൂരേത്തിന്റെ ഭാര്യയാണ്.

മക്കൾ : ദ്വാദശി, വംശികൃഷ്ണ.

വിലാസം : വരവുകാല, കരുവാറ്റാ പി ഒ,
ആലപ്പുഴ – 690 517.

ഉള്ളടക്കം

പ്രസാധകക്കുറിപ്പ്

കേരളത്തെക്കുറിച്ച് കുട്ടികൾ അറിഞ്ഞിരിക്കേണ്ട ചില വിജ്ഞാനശകലങ്ങൾ കോർത്തിണക്കിയ ഒരു കൃതിയാണ് *കുട്ടികൾ അറിയേണ്ട കേരളം*. പ്രാചീന കവിത്രയം, കേരളത്തിന്റെ ജ്ഞാനപീഠജേതാക്കൾ, സംഗീതം, കേരളത്തിലെ പുഴകൾ, പ്രധാന ഔഷധസസ്യങ്ങൾ, വിവിധ വാദ്യമേളങ്ങൾ, നാടൻകലകൾ, ആധുനിക കവിത്രയങ്ങൾ എന്നിവയാണ് ഈ കൃതിയിൽ പരാമർശിക്കപ്പെട്ടിരിക്കുന്നത്.

വിജ്ഞാനശകലങ്ങൾ കോർത്തിണക്കിയ ഈ പുസ്തകം കുട്ടികളെ ആകർഷിക്കും എന്നു ഞങ്ങൾ കരുതുന്നു.

ചിന്ത പബ്ലിഷേഴ്സ്

1

പ്രാചീന കവിത്രയം

മലയാളകവിതയുടെ സമാരംഭം ഇപ്പോഴും ഒരു അവ്യക്ത രേഖയാണ്. എന്നാൽ കവിതയുടെ ചരിത്രപരമായ വികാസ പരിണാമത്തിൽ പ്രാചീനകവിത്രയത്തിന് നിർണ്ണായക സ്ഥാന മാണുള്ളത്. ചെറുശ്ശേരി, എഴുത്തച്ഛൻ, കുഞ്ചൻനമ്പ്യാർ എന്നിവരാണ് പ്രാചീന കവിത്രയം.

*കൃഷ്ണഗാഥ*യൊരുക്കിയ ചെറുശ്ശേരി

മലയാളത്തിന്റെ തനിമയും നൈർമ്മല്യവും അവതരിപ്പിച്ച ആദ്യകൃതിയാണ് *കൃഷ്ണഗാഥ*. ചെറുശ്ശേരി നമ്പൂതിരിയാണ് *കൃഷ്ണഗാഥാ* കർത്താവെന്ന് പൊതുവെ അംഗീകരിക്കുന്നു. പാട്ട് അഥവാ ഗാനം എന്നാണ് ഗാഥയ്ക്ക് അർത്ഥം. കൃഷ്ണന്റെ പാട്ടാണ് *കൃഷ്ണഗാഥ*. മഞ്ജരി വൃത്തത്തിലാണ് *കൃഷ്ണഗാഥ* രചിച്ചിരിക്കുന്നത്.

ചെറുശ്ശേരി

'ശ്ലഥകാകളിവൃത്തത്തിൽ
രണ്ടാംപാദത്തിലന്ത്യമാം
രണ്ടക്ഷരം കുറഞ്ഞീടിൽ
അതുമഞ്ജരിയായിടും' എന്ന് വൃത്തലക്ഷണം.

കോലത്തിരി രാജാവായ ഉദയവർമ്മന്റെ നിർദ്ദേശപ്രകാരമാണ് *കൃഷ്ണഗാഥ* രചിച്ചതെന്ന് വിശ്വസിക്കുന്നു.

'പാലാഴിമാതുതാൻ പാലിച്ചുപോരുന്ന
കോലാധിനാഥനുദയവർമ്മൻ
ആജ്ഞയെച്ചെയ്കയാലജ്ഞനായുള്ള ഞാൻ
പ്രാജ്ഞനെന്നിങ്ങനെ ഭാവിച്ചപ്പോൾ'

എന്നു പറഞ്ഞിരിക്കുന്നതിനാൽ ഇതിന് ആധികാരികതയുണ്ട്. ചെറുശ്ശേരിയുടെ യഥാർത്ഥപേര്, ജീവിതകാലം, തറവാട് തുടങ്ങിയ കാര്യങ്ങളിലൊക്കെ ഭിന്നാഭിപ്രായം നിലനില്ക്കുകയാണ്.

ഭാഗവതം ദശമസ്കന്ദത്തെ ആധാരമാക്കി രചിച്ച *കൃഷ്ണഗാഥ*യിൽ ശ്രീകൃഷ്ണന്റെ അവതാരം മുതൽ സ്വർഗ്ഗാരോഹണംവരെയുള്ള കഥയാണ് വർണ്ണിക്കുന്നത്. 8,400 ൽ ഏറെ ഈരടിയാണ് *കൃഷ്ണഗാഥ*യിലുള്ളത്. ലളിതവും സരളവുമായി *കൃഷ്ണഗാഥ* പറയുകയാണ് ചെറുശ്ശേരി പ്രസ്തുത കാവ്യത്തിൽ മൃദുലവും കോമളവുമായ മലയാളപദങ്ങൾ കൊണ്ടാണ് കാവ്യരചന.

'ഓമനയായി വളർന്നുനിന്നീടിന
രാമനും പിന്നെയാക്കാർവർണ്ണനും
ചന്തമെഴുന്നോരു ചെന്തൊണ്ടിവാ തന്നിൽ
ദന്തങ്ങൾ പോന്നുവന്നങ്കുരിച്ചു'

തുടങ്ങിയ വരികളിൽ തുളുമ്പുന്ന ലാളിത്യം മനോഹരമാണ്.

അന്ന് പ്രചാരത്തിലിരുന്ന അനേകം ഗ്രാമ്യപദങ്ങളുടെ സമൃദ്ധമായ വിന്യാസം ഈ കാവ്യത്തിലുണ്ട്. ഉൽപ്രേക്ഷാലങ്കാരത്തിന്റെ സമൃദ്ധിയും എടുത്തു പറയണം. പില്ക്കാല കവികൾക്ക് ശുദ്ധമലയാളത്തിന്റെ സൗന്ദര്യം ഉൾക്കൊണ്ട് കാവ്യം രചിക്കാൻ സ്വാധീനശക്തി നല്കിയത് ചെറുശ്ശേരിയാണ്.

കുഞ്ചൻ നമ്പ്യാർ: മലയാളത്തിന്റെ പൊട്ടിച്ചിരി

മലയാളത്തിന്റെ പൊട്ടിച്ചിരിയാണ് നമ്പ്യാരുടെ തുള്ളൽ കൃതികൾ. നൃത്തവും കാവ്യവും സമന്വയിക്കുന്ന കവനപ്രസ്ഥാനത്തിന്റെ സ്രഷ്ടാവാണ് അദ്ദേഹം. തുള്ളലിന്റെ പിറവിക്ക് കാരണമായ ചാക്യാർ ഐതിഹ്യത്തിൽ വലിയ കാര്യമില്ലെ

കുഞ്ചൻ നമ്പ്യാർ

ങ്കിലും നവീനതയാണ് തുള്ളലിനെ ആകർഷണീയമാക്കിയത്. ഓട്ടൻ, ശീതങ്കൻ, പറയൻ എന്ന് മൂന്നു വിഭാഗമായി തുള്ളലിനെ വിഭജിച്ചിട്ടുണ്ട്. സാധാരണക്കാരനെ ആകർഷിക്കുന്ന തരത്തിൽ ലളിതമലയാളത്തിൽ എഴുതുവാനാണ് നമ്പ്യാർ തയ്യാറായത്. 1705 മുതൽ 1770 വരെയാണ് നമ്പ്യാരുടെ ജീവിതകാലം എന്നുവിശ്വസിക്കുന്നു. അമ്പലപ്പുഴ ക്ഷേത്രത്തിന്റെ തെക്കുഭാഗത്തുള്ള നമ്പ്യാർമഠത്തിലായിരുന്നു താമസം. മാർത്താണ്ഡവർമ്മ ചെമ്പകശ്ശേരി (അമ്പലപ്പുഴ) രാജ്യം പിടിച്ചടക്കിയതോടെ നമ്പ്യാർ തിരുവനന്തപുരത്തേക്ക് താമസം മാറ്റി.

ചിരിക്കപ്പുറം ചിന്തയും സാമൂഹിക നവോത്ഥാനവും കവിതയിലൂടെ നമ്പ്യാർ നിർവ്വഹിച്ചു. വർണ്ണനകളുടെ മനോഹാരിത, ലളിതവും മനോഹരവുമായ ഭാഷ, ആഴമുള്ള ലോകോക്തികൾ, ഗ്രാമ്യഭാഷയും പഴഞ്ചൊല്ലുകളുമൊക്കെ നമ്പ്യാർ കൃതികളെ സവിശേഷമാക്കുന്നു.

'ഭടജനങ്ങടെ നടുവിലുള്ളൊരു
പടയണിക്കിഹ ചേരുവാൻ
വടിവിയന്നൊരു ചാരുകേരള
ഭാഷതന്നെ ചിതംവരൂ'

എന്നതാണ് കവിതാഭാഷയെക്കുറിച്ച് നമ്പ്യാരുടെ കാഴ്ചപ്പാട്.

പുരാണകഥകളും കഥാസന്ദർഭങ്ങളും കാവ്യമാക്കുമ്പോൾ നമുക്കു മുന്നിൽക്കാണുന്ന സാമൂഹികാവസ്ഥകളെ തനിമയോടെ ചിത്രീകരിക്കാൻ നമ്പ്യാർ ധൈര്യംകാട്ടി. എന്നാൽ അപ്പോഴും

'ഒരുത്തർക്കും ലഘുത്വത്തെ
വരുത്തുവാൻ മോഹമില്ല
ഒരുത്തന്നു പ്രിയമായി
പ്പറവാനും തരമില്ല.'

മിഴാവ്

എന്ന് നിഷ്പക്ഷതയും നമ്പ്യാർകാട്ടി. ഒപ്പം ലോകോക്തികളും സാരോപദേശങ്ങളും സമർത്ഥമായി വിന്യസിക്കാനും അദ്ദേഹത്തിന് കഴിഞ്ഞു.

മിഴാവ്(അമ്പലപ്പുഴ)

'കാരസ്കാരത്തിൻ കുരു പാലിലിട്ടാൽ
കാലാന്തരേ കയ്പു ശമിപ്പതുണ്ടോ'
'കനകംമൂലം കാമിനിമൂലം
കലഹം പലവിധമുലകിൽ സുലഭം'
'ദീപസ്തംഭം മഹാശ്ചര്യം
നമുക്കും കിട്ടണം പണം' തുടങ്ങിയ വരികളും ശ്രദ്ധേയമാണ്.

തിരുവില്വാമലയ്ക്ക് സമീപം കിള്ളിക്കുറിശ്ശി മംഗലത്ത് കലക്കത്ത് ഭവനത്തിൽ ജനിച്ച നമ്പ്യാർ അമ്പലപ്പുഴയിലാണ് തന്റെ സാഹിതീയ ജീവിതത്തിന്റെ വസന്തകാലം ചെലവിട്ടത്. *കല്യാണസൗഗന്ധികം, സഭാപ്രവേശം, സ്യമന്തകം, രാവണവിജയം, കിരാതം* തുടങ്ങി നാല്പത്തിയൊന്നോളം കൃതികൾ നമ്പ്യാരുടേതായുണ്ട്.

നമ്പ്യാർ ഉപയോഗിച്ചതെന്നു കരുതുന്ന മിഴാവ് ഇപ്പോഴും അമ്പലപ്പുഴ ക്ഷേത്രത്തിൽ സൂക്ഷിച്ചിട്ടുണ്ട്. അമ്പലപ്പുഴയിൽ കുഞ്ചൻനമ്പ്യാർ സ്മാരകമുണ്ട്.

വിവിധയിനം തുള്ളലുകൾ

ശീതങ്കൻ, പറയൻ, ഓട്ടൻ എന്നിവയാണ് തുള്ളലിന്റെ വകഭേദങ്ങൾ. തുള്ളലിന്റെ പിറവിക്ക് പ്രചോദനമായ അനുഷ്ഠാന കലാരൂപം പടയണി ആണ്. അമ്പലപ്പുഴയ്ക്ക് സമീപം തകഴിയിലെ പുരാതന ശാസ്താക്ഷേത്രത്തിൽ അക്കാലത്ത് പടയണി അരങ്ങേറിയിരുന്നു. ഇതിലെ കഥാപാത്രങ്ങളിൽ പറയൻ, പരദേശി, ശീതങ്കൻ തുടങ്ങിയവർ ഉണ്ടായിരുന്നു. ഇവയിൽനിന്ന് തുള്ളലിന് പേര് കടം കൊണ്ടതാകാം എന്ന് വിശ്വസിക്കുന്നു. ജാതിപ്പേരാണ് പറയൻ എന്നതിൽ പ്രതിഫലിക്കുന്നതെന്നും

പറയൻ

അതല്ല പറയേണ്ടുന്നവൻ (ഒരാൾക്ക് എല്ലാം പറഞ്ഞു കൊടുക്കുന്ന രീതിയിലാണ് കഥാകഥനം) എന്ന അർത്ഥത്തിൽ പേരിട്ടതാണെന്നും വ്യത്യസ്ത വാദങ്ങളുണ്ട്.

പറയൻ തുള്ളലിൽ ലളിതമായ ഒരുക്കാണ്. ശരീരത്തിൽ ഭസ്മം പൂശും. മുഖത്ത് ചായമിടില്ല; ചന്ദനക്കുറി മാത്രം. കണ്ണും പുരികവും എഴുതും. വലതുകാലിൽ മാത്രമാണ് ചിലങ്ക കെട്ടുക. ഭക്തിക്ക് രസപ്രാധാന്യം. എന്നാൽ ശീതങ്കൻ തുള്ളലിൽ കുരുത്തോലകൊണ്ടുള്ള അലങ്കാരങ്ങൾക്കാണ് പ്രാധാന്യം. പറയൻ തുള്ളലിനേക്കാൾ ചടുലമാണ് ശീതങ്കൻ. ആദ്യം ഉണ്ടായ *കല്യാണസൗഗന്ധികം* ശീതങ്കൻ തുള്ളലാണ്. ഓട്ടൻ തുള്ളലിൽ 'റ' രൂപത്തിലുള്ള കിരീടം ധരിക്കും. മനയോല, പച്ചതേപ്പ്, ഗോപിക്കുറി എന്നിവ മുഖത്ത്. ഹസ്തകടകം, തോൾപ്പൂട്ട്, കച്ച, ഞൊറി, കണ്ഠാഭരണങ്ങൾ തുടങ്ങിയവ അണിയും.

ഓട്ടൻ

നമ്പ്യാരുടെ പ്രധാനകൃതികൾ

ശീതങ്കൻ തുള്ളൽ	-	*കല്യാണസൗഗന്ധികം, കാളിയമർദ്ദനം*
പറയൻ തുള്ളൽ	-	*പാഞ്ചാലീ സ്വയംവരം, കീചകവധം, സഭാപ്രവേശം, ദക്ഷയാഗം*
ഓട്ടൻതുള്ളൽ	-	*കിരാതം, ഘോഷയാത്ര, ബാണയുദ്ധം സ്യമന്തകം, രാവണോത്ഭവം, സന്താനഗോപാലം*

കിളിപ്പാട്ടിനു തുടക്കമിട്ട എഴുത്തച്ഛൻ

ശീതങ്കൻ

1548 നും 1700 നും ഇടയിലാണ് ജീവിതകാലം എന്ന് വിശ്വസിക്കുന്നു. ഭക്തിയും ആദ്ധ്യാത്മികതയും സമ്മേളിക്കുന്ന കാവ്യസ്വഭാവം. മൂല്യങ്ങൾക്കും ദർശനങ്ങൾക്കും പ്രാധാന്യമുള്ള രചനാവൈദഗ്ദ്ധ്യം തുടങ്ങിയവയാണ് എഴുത്തച്ഛന്റെ കൃതികളുടെ സവിശേഷത.

'സാനന്ദരൂപം സകലപ്രബോധം
ആനന്ദഗാനാമൃത പാരിജാതം
മനുഷ്യപത്മേഷുരവിസ്വരൂപം
പ്രണൗമി തുഞ്ചത്തെഴുമാചാര്യപാദം'

അമ്മമലയാളത്തിന്റെ പിതാവായി നാം അംഗീകരിക്കുന്നതും ആദരിക്കുന്നതും തുഞ്ചത്ത് ആചാര്യനെയാണ്. പുതുമലയാൺ തൻ മഹേശ്വരൻ ആണ് അദ്ദേഹം. ജീർണ്ണാവസ്ഥയിലേക്ക് വഴിതെറ്റിയ കേരളീയ സാഹിത്യ- സാംസ്കാരികരംഗത്തെ ധർമ്മബോധം പകർന്ന് ശരിയായ ദിശയിൽ വഴിതിരിച്ചുവിട്ട

എഴുത്തച്ഛൻ

ദാർശനികൻ കൂടിയാണ് എഴുത്തച്ഛൻ. മലപ്പുറം ജില്ലയിലെ തിരൂർ തുഞ്ചൻപറമ്പാണ് എഴുത്തച്ഛന്റെ ജന്മസ്ഥലം. എഴുത്തച്ഛന്റെ പേരിനെ സംബന്ധിച്ച് ഭിന്നാഭിപ്രായമാണെങ്കിലും രാമാനുജൻ എന്ന പേരിനാണ് പ്രാമുഖ്യം. *അദ്ധ്യാത്മരാമായണം - മഹാഭാരതം* കിളിപ്പാട്ടുകളാണ് എഴുത്തച്ഛന്റെ പ്രധാന കൃതികൾ. *മഹാഭാഗവതം* ആചാര്യന്റെ സൃഷ്ടിയാണോ എന്നതിൽ തർക്കമുണ്ട്. *ചിന്താരത്നം, ഹരിനാമകീർത്തനം, ഉത്തരരാമായണം, ഇരുപത്തിനാലുവൃത്തം* തുടങ്ങിയവയുടെ രചനയെ സംബന്ധിച്ചും ഭിന്നാഭിപ്രായം ഉണ്ട്.

നമ്മുടെ കവിതയിൽ പ്രസ്ഥാനവല്ക്കരിക്കപ്പെട്ട വിവിധ സമ്പ്രദായങ്ങൾ പരിഗണിച്ചാൽ ഏറ്റവും ഉൽകൃഷ്ടമായത് കിളിപ്പാട്ട് പ്രസ്ഥാനമാണ്. എഴുത്തച്ഛനാണ് മലയാളത്തിന്റെ കിളിപ്പാട്ടുരീതിക്ക് തുടക്കമിട്ടത്.

'സകലശുകകുലവിമലതിലകിതകളേബരേ..
സാരസ്യപീയുഷ സാരസർവ്വസ്വമേ
കഥയമമ , കഥയമമ കഥകളതിസാദരം
കാകുൽസ്ഥലീലകൾ കേട്ടാൽ മതിവരാ...'

എന്ന് കിളിയോട് ആചാര്യൻ പറയുന്നു. ഭൗതിക സുഖാനുഭവങ്ങൾക്കപ്പുറം ആദ്ധ്യാത്മിക നിർവൃതിയാണ് എഴുത്തച്ഛന്റെ ദർശനം. കനൽകമ്പിയിൽ വീഴുന്ന ജലത്തുള്ളിപോലെ ജീവിതം നൈമിഷികമാണെന്ന് ആചാര്യൻ ഉദ്ബോധിപ്പിക്കുന്നു.

'ഭോഗങ്ങളെല്ലാം ക്ഷണപ്രഭാചഞ്ചലം
വേഗേന നഷ്ടമാമായുസ്സുമോർക്ക നീ'

എന്ന് മാനവസമൂഹത്തോടാണ് എഴുത്തച്ഛൻ പറയുന്നത്. നൂറ്റാണ്ടുകൾക്കിപ്പുറവും എഴുത്തച്ഛനെടുത്ത ഭാഷാ ക്രമക്കണക്കാണ് ശരണം എന്ന് പിന്മുറക്കാർ സമ്മതിക്കുന്ന തരത്തിൽ ഭാഷയെ നിലവാരവല്ക്കരിക്കുന്നതിൽ ആചാര്യൻ വിജയിച്ചു.

തുഞ്ചൻപറമ്പ്

മലപ്പുറത്ത് തിരൂരിലാണ് തുഞ്ചൻപറമ്പ്. പൊന്നാനിപ്പുഴ യോരത്താണ് ഇത്. എഴുത്തച്ഛന്റെ സ്മൃതിമണ്ഡപം 1964 ൽ ഇവിടെ ഉദ്ഘാടനം ചെയ്തു. കിളിപ്പാട്ട് പ്രസ്ഥാനത്തിന്റെ പ്രതീ കമായി തത്തയുടെ ശില്പവും ഇവിടെയുണ്ട്. എഴുത്താണി, താളിയോലകൾ, ഗ്രന്ഥപ്പുര തുടങ്ങിയവയും പ്രായമേറിയ കാഞ്ഞിരമരവും തുഞ്ചൻപറമ്പിലുണ്ട്.

കെ പി കേശവമേനോൻ ആയിരുന്നു തുഞ്ചൻ സ്മാരക ത്തിന്റെ ആദ്യ അദ്ധ്യക്ഷൻ. ഇപ്പോൾ ദീർഘകാലമായി എം ടി വാസുദേവൻനായർ

അദ്ധ്യക്ഷപദവി അലങ്കരിക്കുന്നു. പുതുതായി ആരംഭിച്ച മലയാള സർവ്വകലാശാലയുടെ ആസ്ഥാനവും തുഞ്ചൻപറ മ്പാണ്. ഓരോ വിജയദശമിയിലും ആയിരക്കണക്കിന് കുരുന്നുകൾ ഇവിടെ വിദ്യാരംഭം കുറിക്കുന്നു.

തുഞ്ചൻ മഠം

പാലക്കാട് ജില്ലയിൽ ചിറ്റൂരിന് സമീപമാണ് തുഞ്ചൻ മഠം. ഭാഷാപിതാവ് തന്റെ അന്ത്യകാലം ചെലവിട്ടത് ഇവിടെയാണെന്ന് വിശ്വസിക്കുന്നു. ആചാര്യന്റെ മെതിയടി, യോഗദണ്ഡ് എന്നിവ മഠത്തിൽ സൂക്ഷിച്ചിട്ടുണ്ട്. അദ്ദേഹം ജപിച്ചിരുന്ന ജപപ്പാറ, പൂജിച്ചിരുന്ന വിഗ്രഹങ്ങൾ താളിയോലയും നാരായവും ഒക്കെ ഇവിടെയുണ്ട്. 1868 ൽ ഇവിടെ തീപിടിത്തമുണ്ടായി. പല ചരിത്രവസ്തുക്കളും നഷ്ടമായി. ശോകനാശിനിയുടെ തീരത്തുള്ള മഠത്തിലും അനേകം കുരുന്നുകൾ ആദ്യാക്ഷരം കുറിക്കുന്നു.

ഭാഷാമ്യൂസിയം

മലയാളഭാഷയുടെ ഉല്പത്തിയും വികാസപരിണാമങ്ങളും ഉൾക്കൊള്ളുന്ന ഭാഷാമ്യൂസിയം തുഞ്ചൻ പറമ്പിലാണ് സ്ഥാപി ച്ചത്. ഇന്ത്യയിലെ ആദ്യ ഭാഷാമ്യൂസിയമാണിത്. 2008 ലാണ് മ്യൂസിയം സ്ഥാപിച്ചത്. നമ്മുടെ സംസ്കൃതിയുടെ ഭാഗമായ ചിത്രങ്ങൾ, വസ്തുക്കൾ, ശബ്ദങ്ങൾ, കവികളുടെയും മറ്റ് സാഹി

ത്യകാരന്മാരുടെയും വിവരങ്ങൾ നാട്ടുരാജ്യചരിത്രം, സംഘ സാഹിത്യചരിത്രം തുടങ്ങിയവയും മ്യൂസിയത്തിൽ ലഭിക്കും.

മലയാള അക്ഷരങ്ങൾ

സ്വരങ്ങൾ

അ ആ ഇ ഈ ഉ ഊ ഋ എ ഏ ഐ ഒ ഓ ഔ അം അ അഃ

വ്യഞ്ജനാക്ഷരങ്ങൾ

ക ഖ ഗ ഘ ങ
ച ഛ ജ ഝ ഞ
ട ഠ ഡ ഢ ണ
ത ഥ ദ ധ ന
പ ഫ ബ ഭ മ
യ ര ല വ ശ ഷ സ ഹ ക്ഷ

2

കേരളത്തിന്റെ ജ്ഞാനപീഠജേതാക്കൾ

അക്ഷരങ്ങളിലൂടെ കാലദേശങ്ങളുടെ അതിരുകൾ ലംഘിച്ച എഴുത്തുകാർ മലയാളത്തിനു സ്വന്തമാണ്. കഥനത്തിലൂടെയും കവനത്തിലൂടെയും മലയാളത്തെ ജ്ഞാനപീഠത്തിന്റെ നെറുകയിലെത്തിച്ചവർ: ജി ശങ്കരക്കുറുപ്പ്, എസ് കെ പൊറ്റെക്കാട്ട്, തകഴി ശിവശങ്കരപ്പിള്ള, എം ടി വാസുദേവൻ നായർ, ഒ എൻ വി കുറുപ്പ്. പൊൻപ്രഭയുള്ള പ്രതിഭകൊണ്ട് സർഗ്ഗകേരളത്തെ സമ്പന്നമാക്കിയ ജ്ഞാനപീഠ ജേതാക്കളെക്കുറിച്ചാണ് ഈ ലേഖനം.

ജി ശങ്കരക്കുറുപ്പ്

1901 ജൂൺ 3 ന് കാലടിക്കടുത്ത് നായത്തോട് ഗ്രാമത്തിൽ ജനിച്ചു. നെല്ലിക്കാപ്പള്ളി ശങ്കരവാര്യരും ലക്ഷ്മിക്കുട്ടിയമ്മയുമാണ് മാതാപിതാക്കൾ. ചെറുപ്പം മുതൽ അമ്മാവന്റെ ശിക്ഷണത്തിൽ സംസ്കൃതം അഭ്യസിച്ചു. പെരുമ്പാവൂർ, മൂവാറ്റുപുഴ, സ്കൂളുകളിൽനിന്നും ഏഴ്, ഒൻപത് ക്ലാസുകൾ ജയിച്ചശേഷം

ജി ശങ്കരക്കുറുപ്പ്

അദ്ധ്യാപകനായി സേവനം ആരംഭിച്ചു. തിരുവില്വാമല സർക്കാർ സ്കൂളിൽ ഏറെക്കാലം അദ്ധ്യാപകനായിരുന്നു. അവിടെവെച്ച് സ്വയം ഇംഗ്ലീഷ് പഠിക്കുകയും കൊച്ചി സർക്കാരിന്റെ പണ്ഡിത പരീക്ഷ വിജയിക്കുകയും ചെയ്തു.

ജി യുടെ ആദ്യകൃതി *സാഹിത്യകൗതുകം* ആദ്യ രണ്ടുഭാഗങ്ങൾ 1923, 1925 വർഷങ്ങളിൽ പ്രസിദ്ധീകരിച്ചു. 1925 ൽ വിദ്വാൻ പരീക്ഷ ഒന്നാം റാങ്കോടെ വിജയിച്ചു. 1927 ൽ *സാഹിത്യകൗതുകം* മൂന്നാം ഭാഗം പ്രസിദ്ധീകരിച്ചു. 1931 ൽ ഇതിന്റെ നാലാം ഭാഗവും പുറത്തുവന്നു. നീണ്ടകാലത്തെ സ്കൂൾ അദ്ധ്യാപനത്തിനുശേഷം 1937 ൽ എറണാകുളം മഹാരാജാസ് കോളേജിൽ ജി അദ്ധ്യാപകനായി. എം എ ബിരുദം ഇല്ലാതിരുന്നിട്ടും അദ്ദേഹത്തിന്റെ പാണ്ഡിത്യവും കവിത്വവും മുൻനിർത്തിയാണ് ജോലി നല്കിയത്. 1950 ൽ വിരമിച്ചു. 1978 ഫെബ്രുവരി 2 ന് ജി അന്തരിച്ചു.

പ്രധാനകൃതികൾ

സൂര്യകാന്തി (1933), *നവാതിഥി* (1935), *ചെങ്കതിരുകൾ* (1945), *മുത്തുകൾ* (1946), *വനഗായകൻ* (1947), *ഇതളുകൾ* (1948), *പഥികന്റെ പാട്ട്* (1951), *അന്തർദ്ദാഹം* (1953), *വെള്ളിൽപ്പറവകൾ* (1955).

അംഗീകാരങ്ങൾ

സാഹിത്യത്തിന് പരമോന്നത ദേശീയ പുരസ്കാരമായ ജ്ഞാനപീഠം ഏർപ്പെടുത്തിയ ആദ്യ വർഷം (1965) തന്നെ ജി ശങ്കരക്കുറുപ്പിന്റെ *ഓടക്കുഴലി*ന് ലഭിച്ചു. കൂടാതെ കേന്ദ്ര - കേരള സാഹിത്യ അക്കാദമിപുരസ്കാരങ്ങളും സോവിയറ്റ്ലാൻഡ് അവാർഡും സാഹിത്യഭൂഷൺ പുരസ്കാരവും ലഭിച്ചു. തനിക്കു ലഭിച്ച ജ്ഞാനപീഠപുരസ്കാര തുക ഉപയോഗിച്ച് 1968 ൽ അദ്ദേഹം ഓടക്കുഴൽ പുരസ്കാരം ഏർപ്പെടുത്തി. ഗുരുവായൂരപ്പൻ ട്രസ്റ്റാണ് എല്ലാവർഷവും ഓടക്കുഴൽ പുരസ്കാരം നല്കുന്നത്.

ജി യുടെ കാവ്യസപര്യ

മലയാളത്തിലെ കാല്പനിക കവിതയുടെ ചരിത്രത്തിൽ ശ്രദ്ധേയമായ സ്ഥാനം ജി ശങ്കരക്കുറുപ്പിനുണ്ട്. ആധുനിക കവി

ത്രയത്തിന്റെ കാലഘട്ടത്തിൽത്തന്നെ സ്വന്തം കാവ്യവ്യക്തിത്വം വേറിട്ടു കേൾപ്പിച്ച പ്രതിഭാധനനാണ് അദ്ദേഹം. അദ്ദേഹത്തിന്റെ കവിതയ്ക്ക് നാലുഘട്ടങ്ങളുണ്ട്.

ദേശീയതയും പ്രകൃത്യുപാസനയും നിറയുന്ന ആദ്യഘട്ടം. പ്രതിരൂപാത്മകവും യോഗാത്മകവും ആയ ദർശനങ്ങൾ നിറഞ്ഞ രണ്ടാംഘട്ടം. ജി യെ മലയാളത്തിൽ ശ്രദ്ധേയനാക്കിയത് രണ്ടാംഘട്ട കവിതകളുടെ കാലമാണ്. മൂന്നാംഘട്ടത്തിൽ വിപ്ലവബോധത്തിനും പുരോഗമന ചിന്തയ്ക്കുമാണ് പ്രാമുഖ്യം. വികാരവിചാരങ്ങളെ വേണ്ടയളവിൽ സംയോജിപ്പിച്ച് പ്രാപഞ്ചികസത്യങ്ങളെയും ശാസ്ത്ര വികാസത്തെയും ഉൾക്കൊണ്ട് ശക്തിമത്തായ കവിതയിലേക്കുള്ള പ്രയാണമാണ് നാലാംഘട്ടം. ഈ ഘട്ടത്തിലെ ഏറ്റവും മികച്ച കവിതയാണ് വിശ്വദർശനം.

എസ് കെ പൊറ്റെക്കാട്ട്

ശങ്കരൻകുട്ടി പൊറ്റെക്കാട്ട് എന്ന എസ് കെ പൊറ്റക്കാട് 1913 മാർച്ച് 14 നു കോഴിക്കോട്ട് ജനിച്ചു. അച്ഛൻ കുഞ്ഞിരാമൻ പൊറ്റെക്കാട്ട്. അമ്മ കിട്ടൂലി. ഹൈസ്കൂൾ വിദ്യാഭ്യാസത്തിനു ശേഷം കോഴിക്കോട് സാമൂതിരി കോളേജിൽനിന്ന് ഇന്റർ മീഡിയറ്റ് പരീക്ഷ പാസായി. കുറച്ചുകാലം അദ്ധ്യാപകനായി സേവനമനുഷ്ഠിച്ചു. വിവിധ ദേശീയപ്രസ്ഥാനങ്ങളും സാമൂഹിക പരിഷ്കരണ പ്രസ്ഥാനങ്ങളും എസ് കെ യെ സ്വാധീനിച്ചു.

വ്യക്തിക്കപ്പുറം സമൂഹം മുഴുവനായി കഥയ്ക്ക് വിഷയമാകുന്നു എന്നതാണ് എസ് കെ യുടെ രചനയുടെ പ്രത്യേകത. നോവലും കവിതയും നാടകവും സഞ്ചാരസാഹിത്യവുമെല്ലാം അദ്ദേഹത്തിന്റെ കൈകളിലൊതുങ്ങുന്നു. കാല്പനികതയും റിയലിസവും എസ് കെ യുടെ രചനകളിൽ കാണാം. നോവലിസ്റ്റ്, കഥാകാരൻ എന്നി

എസ് കെ പൊറ്റെക്കാട്ട്

വയേക്കാൾ സഞ്ചാരസാഹിത്യകാരൻ എന്ന നിലയ്ക്കാണ് എസ് കെ യുടെ പ്രശസ്തി. ആനന്ദവും വിജ്ഞാനവും ഒരുപോലെ പ്രദാനംചെയ്യുന്നതാണ് അദ്ദേഹത്തിന്റെ സഞ്ചാര സാഹിത്യ കൃതികൾ. വ്യത്യസ്തലോകങ്ങളിലെ വിസ്മയക്കാഴ്ചകൾ അക്ഷരങ്ങളിലൂടെ അറിയാൻ മലയാളിയെ പ്രാപ്തനാക്കിയത് എസ് കെ പൊറ്റെക്കാട്ടായിരുന്നു. അദ്ദേഹത്തെ ജ്ഞാനപീഠത്തിന് അർഹനാക്കിയ *ഒരു ദേശത്തിന്റെ കഥ* ആത്മകഥാപരമായ നോവലാണ്.

പ്രധാനകൃതികൾ

നോവലുകൾ - *നാടൻപ്രേമം, വിഷകന്യക, ഒരു തെരുവിന്റെ കഥ, മൂടുപടം*

കഥാസമാഹാരങ്ങൾ - *ചന്ദ്രകാന്തം, മണിമാളിക, രാജമല്ലി, യവനികയ്ക്കുപിന്നിൽ, കാട്ടുചെമ്പകം, ഏഴിലംപാല*

യാത്രാവിവരണങ്ങൾ - *പാതിരാസൂര്യന്റെ നാട്ടിൽ , ലണ്ടൻ നോട്ടുബുക്ക്, ക്ലിയോപാട്രയുടെ നാട്ടിൽ, സിംഹഭൂമി, കാശ്മീർ, നൈൽഡയറി, സോവിയറ്റ് ഡയറി, മലയനാടുകളിൽ.*

കവിതാസമാഹാരങ്ങൾ - *പ്രേമശില്പി, ഒരുസഞ്ചാരിയുടെ ഗീതങ്ങൾ, പ്രഭാതകാന്തി*

പുരസ്കാരങ്ങൾ

ഒരുദേശത്തിന്റെ കഥയ്ക്ക് കേന്ദ്രസാഹിത്യ അക്കാദമി അവാർഡും *ഒരു തെരുവിന്റെ കഥയ്ക്ക്* കേരളസാഹിത്യ അക്കാദമി അവാർഡും *വിഷകന്യകയ്ക്ക്* മദ്രാസ് ഗവൺമെന്റ് അവാർഡും ലഭിച്ചു. 1928 ൽ കോളേജ് മാഗസിനിൽ പ്രസിദ്ധീകരിച്ച *രാജനീതിയാണ്* ആദ്യകഥ. 1962 ൽ അദ്ദേഹം തലശ്ശേരി പാർലമെന്റ് മണ്ഡലത്തിൽനിന്ന് ലോക്സഭാംഗമായി. 66,000 വോട്ടിന് സുകുമാർ അഴീക്കോടിനെയാണ് എസ് കെ തോല്പിച്ചത്. 1982 ആഗസ്ത് 6 നു പൊറ്റെക്കാട്ട് അന്തരിച്ചു.

തകഴി ശിവശങ്കരപ്പിള്ള

ആലപ്പുഴ ജില്ലയിലെ തകഴിയിൽ 1914 ഏപ്രിൽ 12 ന് ശങ്കരക്കുറുപ്പിന്റെയും പാർവ്വതിയമ്മയുടെയും മകനായി ജനിച്ചു.

തകഴി ശിവശങ്കരപ്പിള്ള

ഹൈസ്കൂൾ വിദ്യാഭ്യാസം പൂർത്തിയാക്കിയശേഷം പ്ലീഡർ പരീക്ഷ പാസായി. വക്കീലായി കുറച്ചുകാലം പ്രാക്ടീസ് ചെയ്തു.

പ്രധാനകൃതികൾ

അടിയൊഴുക്കുകൾ, മാഞ്ചുവട്ടിൽ, പതിവ്രത, മകളുടെ മകൾ, തലയോട്, പ്രതിഫലം, ചെമ്മീൻ, ഏണിപ്പടികൾ, ഔസേപ്പിന്റെ മക്കൾ, പെണ്ണ്, അനുഭവങ്ങൾ പാളിച്ചകൾ, കയർ, രണ്ടിടങ്ങഴി, എന്റെ വക്കീൽ ജീവിതം (ആത്മകഥ), *തോറ്റില്ല* (നാടകം), *അമേരിക്കൻ തിരശ്ശീല* (യാത്രാവിവരണം).

ബഹുമതികൾ

കേന്ദ്ര സാഹിത്യ അക്കാദമി അവാർഡ് (*ചെമ്മീൻ* 1957), വയലാർ അവാർഡ് (*കയർ* 1980), കേരള സാഹിത്യ അക്കാദമി

ചെമ്മീൻ സിനിമയിൽ ഷീലയും മധുവും

അവാർഡ് (*ഏണിപ്പടികൾ* 1965), മലയാള സാഹിത്യത്തിന് നല്കിയ സംഭാവനകളാണ് തകഴിയെ ജ്ഞാനപീഠത്തിന് അർഹനാക്കിയത്.

ചെമ്മീൻ

തകഴിയെ ഏറെ ശ്രദ്ധേയനാക്കിയ *ചെമ്മീൻ* എന്ന നോവൽ അതേപേരിൽ രാമു കാര്യാട്ട് ചലച്ചിത്രമാക്കിയിട്ടുണ്ട്. ഇംഗ്ലീഷ്, റഷ്യൻ, അറബിക്, ഇറ്റാലിയൻ, ഫ്രഞ്ച്, ജർമ്മൻ ഭാഷകളിലേക്ക് *ചെമ്മീൻ* വിവർത്തനം ചെയ്യപ്പെട്ടു.

രചനാരീതി

കുട്ടനാടിന്റെ വികാരവും വേദനയുമാണ് തകഴിയുടെ മിക്ക രചനകൾക്കും ആധാരം. സവർണ്ണനായി ജനിച്ച തകഴി അവർണ്ണന്റെ വേദനകളെ പൂർണ്ണമായുൾക്കൊണ്ടുകൊണ്ടാണ് സാഹിത്യസൃഷ്ടി നടത്തിയത്. സാമൂഹികജീർണ്ണതകളെ സാഹിത്യവിഷയമാക്കിയ തകഴിയിലൂടെ മലയാളം ലോക സാഹിത്യത്തിൽ ഇടം നേടി. സാമൂഹികപ്രതിബദ്ധതയുള്ള എഴുത്തുകാരനാണ് തകഴി എന്നതിന് അദ്ദേഹത്തിന്റെ നോവലുകൾ സാക്ഷ്യം വഹിക്കുന്നു. റിയലിസ്റ്റിക് സമീപനമാണ് തകഴി സ്വീകരിച്ചത്. "സാധുക്കൾ" ആണ് പ്രസിദ്ധീകരിക്കപ്പെട്ട ആദ്യകഥ. തൊഴിലാളികളുടെ അവശതകളും സ്ത്രീകൾക്കിടയിലെ ദൈന്യതയും തകഴിയുടെ കൃതികളിൽ പ്രതിഫലിച്ചു. കുട്ടനാടിന്റെ ഇതിഹാസകാരൻ എന്നും തകഴിയെ വിശേഷിപ്പിക്കുന്നു. കുട്ടനാടും അവിടത്തെ ജനങ്ങളും അവരുടെ കഥകളുമായി വിശ്വസാഹിത്യ ചക്രവാളത്തോളം തകഴി വളർന്നു. 1999 ഏപ്രിൽ 10 ന് അന്തരിച്ചു.

എം ടി

എം ടി വാസുദേവൻ നായർ

മാടത്ത് തെക്കേപ്പാട്ട് വാസുദേവൻ നായർ എന്ന എം ടി 1933 ജൂലൈ 15 ന്

ഒറ്റപ്പാലം താലൂക്കിലെ പുന്നയൂർക്കുളത്ത് ജനിച്ചു. അച്ഛൻ ടി നാരായണൻനായർ, അമ്മ അമ്മാളുവമ്മ. സ്കൂൾ വിദ്യാഭ്യാസത്തിനു ശേഷം പാലക്കാട് ഗവ വിക്ടോറിയ കോളേജിൽനിന്ന് രസതന്ത്രത്തിൽ ബിരുദം നേടി. അദ്ധ്യാപകനായി ഔദ്യോഗിക ജീവിതം ആരംഭിച്ച എം ടി എഴുത്തിന്റെ വ്യത്യസ്ത മേഖലകളിൽ വ്യക്തിമുദ്ര പതിപ്പിച്ചു.

പ്രധാനകൃതികൾ

നോവലുകൾ - *നാലുകെട്ട്, കാലം, അസുരവിത്ത്, രണ്ടാമൂഴം, വിലാപയാത്ര, പാതിരാവും പകൽ വെളിച്ചവും, വാരണാസി.*

കഥാസമാഹാരങ്ങൾ - *നിന്റെ ഓർമ്മയ്ക്ക്, വെയിലും നിലാവും, ഷെർലോക്ക്, ഇരുട്ടിന്റെ ആത്മാവ്, ഓളവും തീരവും, കുട്ട്യേടത്തി, വാരിക്കുഴി, പതനം, ബന്ധനം, സ്വർഗ്ഗം തുറക്കുന്ന സമയം, ഓപ്പോൾ.*

മറ്റുള്ളവ: *ഗോപുരനടയിൽ* (നാടകം), *കാഥികന്റെ കല, കാഥികന്റെ പണിപ്പുര* (പ്രബന്ധങ്ങൾ) *വൻകടലിലെ തുഴവള്ളക്കാർ, ആൾക്കൂട്ടത്തിൽ തനിയെ* (യാത്രാവിവരണങ്ങൾ)

അംഗീകാരങ്ങൾ

കാലം എന്ന നോവലിന് കേന്ദ്രസാഹിത്യ അക്കാദമി പുരസ്കാരം (1970), *രണ്ടാമൂഴ*ത്തിന് വയലാർ അവാർഡ് (1985), *നാലുകെട്ടി*ന് കേരള സാഹിത്യ അക്കാദമി അവാർഡ് (1959) എന്നിവ ലഭിച്ചു. 2005 ൽ പത്മഭൂഷൺ നല്കി ആദരിച്ചു. മലയാള സാഹിത്യത്തിന് നല്കിയ സമഗ്രസംഭാവന മാനിച്ചാണ് 1995 ലെ ജ്ഞാനപീഠം എം ടിക്ക് നല്കിയത്.

എം ടിയും സിനിമയും

മഞ്ഞ്, നിർമ്മാല്യം, ഒരു ചെറുപുഞ്ചിരി, ബന്ധനം, കടവ്, വാരിക്കുഴി എന്നീ സിനിമകൾ സംവിധാനം ചെയ്തു. *മുറപ്പെണ്ണ്* മുതൽ *പഴശ്ശിരാജ*വരെ അൻപതിലേറെ ചിത്രങ്ങൾക്ക് തിരക്കഥ എഴുതുകയും ചെയ്തു. 1973 ൽ എം ടി ആദ്യമായി സംവിധാനം

ചെയ്ത *നിർമ്മാല്യം* എന്ന ചിത്രത്തിന് ദേശീയ പുരസ്കാരം ലഭിച്ചു.

രചനാ വിശേഷം

അനുഭവത്തിന്റെ തീക്ഷ്ണതയും ഭാവനയുടെ സൗന്ദര്യവും എം ടി കൃതികളെ ശ്രദ്ധേയമാക്കുന്നു. യാന്ത്രികജീവിതത്തിൽ അസ്തിത്വം നഷ്ടമാകുന്ന മനുഷ്യർ, ഗ്രാമീണത, കുടുംബജീവിതത്തിലെ പൊരുത്തക്കേടുകൾ തുടങ്ങിയവ മുഖ്യ പ്രമേയമാകുന്നു. യാത്രാവിവരണം, നാടകം, നിരവധി ലേഖനങ്ങൾ എന്നിവയും എം ടി യുടേതായുണ്ട്.

ഒ എൻ വി കുറുപ്പ്

ഒ എൻ വി

ഒറ്റപ്ലാക്കൽ നമ്പിയാടിക്കൽ വേലുക്കുറുപ്പ് എന്ന ഒ എൻ വി കുറുപ്പ് 1931 മെയ് 27 ന് ചവറയിൽ ജനിച്ചു. ഒ എൻ കൃഷ്ണക്കുറുപ്പും ലക്ഷ്മിക്കുട്ടിയമ്മയും മാതാപിതാക്കൾ. ചവറ സർക്കാർ സ്കൂളിലെ വിദ്യാഭ്യാസത്തിനു ശേഷം യൂണിവേഴ്സിറ്റി കോളേജിൽ ഇന്റർമീഡിയറ്റിനു ചേർന്നു. 1948 ൽ ഉന്നതവിജയം നേടി. 1952 ൽ സാമ്പത്തികശാസ്ത്രത്തിൽ ബിരുദം നേടി. 1955 ൽ എം എ മലയാളത്തിൽ സംസ്ഥാനത്ത് ഒന്നാമനായി വിജയിച്ചു. 1957 ൽ എറണാകുളം മഹാരാജാസ് കോളേജിൽ മലയാളം അദ്ധ്യാപകനായി സേവനമാരംഭിച്ചു. തുടർന്ന് വിവിധ സർക്കാർ കോളേജുകളിൽ അദ്ധ്യാപകനായി ജോലിചെയ്തു. 1986 മെയ് 31 ന് തിരുവനന്തപുരം വിമൻസ് കോളേജിൽനിന്നും വകുപ്പ് മേധാവിയായി വിരമിച്ചു.

പ്രധാനകൃതികൾ

പൊരുതുന്ന സൗന്ദര്യം (1949), *സമരത്തിന്റെ സന്തതികൾ* (1951), *ഞാൻ നിന്നെ സ്നേഹിക്കുന്നു* (1952), *ദാഹിക്കുന്ന പാന*

ഒ എൻ വി ജ്ഞാനപീഠം ഏറ്റുവാങ്ങുന്നു

പാത്രം (1956), *ഒരുദേവതയും രണ്ടു ചക്രവർത്തിമാരും* (1958), *മരുഭൂമി* (1959), *മയിൽപ്പീലി* (1964), *ഒരു തുള്ളി വെളിച്ചം* (1966), *അഗ്നിശലഭങ്ങൾ* (1971), *അക്ഷരം* (1974), *കറുത്തപക്ഷിയുടെ പാട്ട്* (1977), *വളപ്പൊട്ടുകൾ* (1977), *ഉപ്പ്* (1980), *ഭൂമിക്കൊരു ചരമഗീതം* (1984), *ശാർങ്ഗരപക്ഷികൾ* (1897) *മൃഗയ* (1989), *അപരാഹ്നം* (1991) എന്നിവയാണ് മുഖ്യകവിതാസമാഹാരങ്ങൾ. അനേകം ചലച്ചിത്രഗാനങ്ങൾ രചിച്ചിട്ടുണ്ട്.

അംഗീകാരങ്ങൾ

ജ്ഞാനപീഠത്തിനു പുറമെ കേന്ദ്രസാഹിത്യ അക്കാദമി പുരസ്കാരം (*അക്ഷരം*), കേരളസാഹിത്യ അക്കാദമി പുരസ്കാരം (*അഗ്നിശലഭങ്ങൾ*), വയലാർ അവാർഡ് (*ഉപ്പ്*), ആശാൻ പുരസ്കാരം (*ഭൂമിക്കൊരു ചരമഗീതം*), ഓടക്കുഴൽ അവാർഡ് (*മൃഗയ*), സോവിയറ്റ് ലാന്റ് പുരസ്കാരം എന്നിവ കവിതയ്ക്കു ലഭിച്ച പുരസ്കാരങ്ങളാണ്. സിനിമാ ഗാനരചനയ്ക്ക് പതിമൂന്ന് തവണ സംസ്ഥാന അവാർഡും ഒരു തവണ ദേശീയ അവാർഡും ലഭിച്ചു. 1998 ൽ പത്മശ്രീ നല്കി രാഷ്ട്രം ആദരിച്ചു. കേരള സർവ്വകലാശാല 2007 ൽ ഡോക്ടറേറ്റ് നല്കി. പത്മഭൂഷൺ ബഹുമതി, എഴുത്തച്ഛൻ പുരസ്കാരം എന്നിവയും ഒ എൻ വിക്ക് ലഭിച്ചു.

കാവ്യസവിശേഷതകൾ

സ്വാനുഭൂതികളോടും സ്വന്തം സൗന്ദര്യബോധത്തോടും ഏറെ പ്രതിബദ്ധത പുലർത്തുന്ന കവിയാണ് ഒ എൻ വി. കാലഘട്ടത്തിന്റെ സ്പന്ദനങ്ങൾ തിരിച്ചറിഞ്ഞ കവി മണ്ണിന്റെയും മനുഷ്യന്റെയും മണമുള്ള കവിതകളെഴുതി. ഭൂമിക്കൊരു ചരമഗീതംപോലുള്ള കവിതകളിലൂടെ കവിയുടെ ക്രാന്തദർശിത്വം വ്യക്തമാകുന്നു.

ജ്ഞാനപീഠപുരസ്കാരം നേടിയക്രമത്തിൽ

1. ജി ശങ്കരക്കുറുപ്പ് (കൃതി-*ഓടക്കുഴൽ* – 1965)
2. എസ് കെ പൊറ്റെക്കാട് (കൃതി - *ഒരു ദേശത്തിന്റെ കഥ* 1980)
3. തകഴി ശിവശങ്കരപ്പിള്ള (മലയാള ഭാഷയ്ക്കുള്ള സമഗ്ര സംഭാവന – 1984)
4. എം ടി വാസുദേവൻ നായർ (സമഗ്ര സംഭാവന – 1995)
5. ഒ എൻ വി കുറുപ്പ് (മലയാള ഭാഷയ്ക്ക് നല്കിയ സമഗ്ര സംഭാവനയ്ക്ക് 2007 ലെ പുരസ്കാരം 2010 ൽ ലഭിച്ചു.)

ജ്ഞാനപീഠശില്പം

ക്രിസ്തുവർഷം 1035 ൽ ഹോജ രാജാവ് ഉജ്ജയിനിയിലെ ധാര നഗരത്തിൽ സരസ്വതികണ്ഠാഭരണ ക്ഷേത്രത്തിൽ സ്ഥാപിച്ച സരസ്വതിപ്രതിമയുടെ മാതൃകയിലാണ് ജ്ഞാനപീഠ ശില്പം ഒരുക്കിയിരിക്കുന്നത്. വാഗ്ദേവതയുടെ നാല് കരങ്ങളിലായി ഗ്രന്ഥം, കമണ്ഡലം, അക്ഷരമാല, പത്മം എന്നിവയുണ്ട്. അറിവ്, സംയമം, വിരക്തി, അകക്കണ്ണ് എന്നിവയുടെ പ്രതീകങ്ങളാണ് ഇവ. 1965 ൽ ജ്ഞാനപീഠ പുരസ്കാരം നല്കിത്തുടങ്ങിയപ്പോൾ സമ്മാനത്തുക ഒരു ലക്ഷം രൂപ ആയിരുന്നു. ഇപ്പോൾ ഏഴുലക്ഷം രൂപയാണ് സമ്മാനത്തുക. പ്രശസ്തി പത്രവും ഇതോടൊപ്പം സമർപ്പിക്കും. ചടങ്ങിൽ വാഗ്ദേവി വന്ദനശ്ലോകമാണ് ആലപിക്കുക. ശംഖനാദം, തിലകച്ചാർത്ത്, അംഗവസ്ത്രം അണിയിക്കൽ എന്നീ ചടങ്ങുകളുമുണ്ട്.

ജ്ഞാനപീഠം ട്രസ്റ്റ്

ശാന്തിപ്രസാദ് ജെയിനും ഭാര്യ രമയും ചേർന്ന് 1944 ലാണ് ഭാരതീയ ജ്ഞാനപീഠം ട്രസ്റ്റ് സ്ഥാപിക്കുന്നത്. സംസ്കൃതം, പാലി തുടങ്ങിയ പ്രാചീന ഭാഷകളിലെ പ്രാചീനകൃതികൾ പ്രസിദ്ധീകരിക്കുക എന്നതായിരുന്നു ലക്ഷ്യം. 1965 മുതലാണ് ഭാരതീയ ഭാഷകളിലെ മികച്ച കൃതിക്ക് ജ്ഞാനപീഠം പുരസ്കാരം ഏർപ്പെടുത്തിയത്. ആദ്യ പുരസ്കാരം ലഭിച്ചത് നമ്മുടെ ഭാഷയ്ക്കാണ്. ഒരു പ്രാവശ്യം അവാർഡ് ലഭിച്ച ഭാഷയെ തുടർന്ന് മൂന്ന് തവണ പരിഗണിക്കില്ല. സരസ്വതീദേവിയുടെ വെങ്കല ശില്പവും പ്രശസ്തിപത്രവും ഏഴു ലക്ഷംരൂപയും അടങ്ങുന്നതാണ് ഭാരതീയ ജ്ഞാനപീഠം പുരസ്കാരം.

3

സംഗീതമേ ...... അമരസല്ലാപമേ....

സമൃക്കായ ഗീതമാണ് സംഗീതം. സകലരെയും അത് കീഴടക്കുന്നു. സകല നോവുകൾക്കും സംഗീതം സാന്ത്വന മാകുന്നു. സാന്ദ്രമായ സംഗീതം സകല വികാരങ്ങളോടും സംവദിക്കുന്നു. സാമവേദകാലം മുതൽ സംഗീതമുണ്ട്. ദേശ ത്തിന്റെയും ഭാഷയുടെയും സമൂഹത്തിന്റെയും വ്യത്യസ്തത കൾക്ക് അനുസരിച്ച് കാലാന്തരത്തിൽ സംഗീതം കൈവഴി കളായി പിരിഞ്ഞു. ദക്ഷിണേന്ത്യയിൽ ശാസ്ത്രീയ (കർണ്ണാടക) സംഗീതത്തിന് പ്രാമുഖ്യം ലഭിച്ചപ്പോൾ, ഉത്തരേന്ത്യയിൽ ഹിന്ദുസ്ഥാനിസംഗീതത്തിനാണ് പ്രാധാന്യം. എന്നാൽ എല്ലാ സംഗീതത്തിനും പൊതുവായ ചില ഘടകങ്ങളുണ്ട്. നാദം, സ്വരം, ശ്രുതി, ലയം, രാഗം, താളം തുടങ്ങിയവ ഇതിൽപ്പെടുന്നു. കർണ്ണാ ടക സംഗീതലോകത്തുകൂടിയുള്ള ലഘുസഞ്ചാരമാണ് ഇതിൽ.

നാദം

നാദമാണ് സംഗീതത്തിന് ആധാരം. പ്രാണവായുവും അഗ്നിയും നാദത്തിൽ പരസ്പരം ചേരുന്നു. 'നാദരൂപിണീ ശങ്കരീ പാഹിമാം......'. എന്ന പ്രാർത്ഥന കേട്ടിട്ടില്ലേ? ഗായകരുടെ കണ്ഠത്തിൽനിന്നും പുറപ്പെടുന്ന ശബ്ദമാണ് നാദം. കേൾക്കാൻ ഇമ്പമുണ്ടാകണം നാദത്തിന്. മന്ദ്രനാദം, മദ്ധ്യനാദം, താരനാദം എന്ന് നാദത്തെ മൂന്നായി തിരിക്കുന്നു

ശ്രുതി

'ശ്രുതിയിൽ നിന്നുയരും നാദശലഭങ്ങളേ'.... എന്ന ഗാനം ഓർക്കുക. ശ്രുതിയിൽ സ്വരങ്ങൾ അലിയുമ്പോഴാണ് ശ്രോതൃഗുണം തുളുമ്പുന്ന സംഗീതം പിറക്കുന്നത്. സൂക്ഷ്മമായും വ്യക്തമായും കേൾക്കാൻ കഴിയുന്ന ഏറ്റവും ചെറിയ നാദമാണ് ശ്രുതി. ശ്രുതി ചേർത്താണ് എപ്പോഴും പാടുന്നത്. തംബുരു ഉപയോഗിച്ചാണ് സംഗീതക്കച്ചേരികളിൽ ശ്രുതി മീട്ടുന്നത്. ഹാർമ്മോണിയവും ഇലക്ട്രോണിക് ശ്രുതിപ്പെട്ടികളും ഇന്ന് ശ്രുതിക്കായി ഉപയോഗിക്കുന്നുണ്ട്.

സ്വരം

സ്വയം രഞ്ജിപ്പിക്കുന്നതാണ് സ്വരം. പാട്ടുകളുടെ അടിത്തറയാണത്. ഭാരതീയ സംഗീതം ഏഴുസ്വരങ്ങളിൽ സഞ്ചരിക്കുന്നു. 'ഏഴുസ്വരങ്ങളും തഴുകിവരുന്നൊരു ഗാനം' എന്ന് കേട്ടിട്ടുണ്ടല്ലോ? ഷഡ്ജം(സ) മുതൽ നിഷാദം (നി) വരെയാണ് ഏഴുസ്വരങ്ങൾ. രി (ഋഷഭം), ഗ (ഗാന്ധാരം), മ(മദ്ധ്യമം), പ (പഞ്ചമം), ധ (ധൈവതം) എന്നിവയാണ് മറ്റ് സ്വരങ്ങൾ. സ്വരങ്ങളെ വിവിധ പക്ഷിമൃഗാദികളുടെ ശബ്ദവുമായി ബന്ധപ്പെടുത്തിയിട്ടുണ്ട്. അതിനനുസരിച്ച് സ - മയിലിന്റെ ശബ്ദം, രി - കാളയുടെ ശബ്ദം, ഗ - ആടിന്റെ ശബ്ദം, മ -ക്രൗഞ്ചത്തിന്റെ ശബ്ദം, പ - കുയിലിന്റെ ശബ്ദം, നി - ആനയുടെ ചിന്നം വിളി എന്നിങ്ങനെ തിരിക്കുന്നു. 'ദേവസഭാതലം' (*ഹിസ് ഹൈനസ് അബ്ദുള്ള*) എന്ന ഗാനം കൂട്ടുകാർ ശ്രദ്ധിക്കുക. രി, ഗ, മ, ധ, നി എന്നീ സ്വരങ്ങളെ ചെറുത്, വലുത് എന്നും തരം തിരിച്ചിട്ടുണ്ട്.

താളം

പാടുമ്പോൾ ഓരോ സ്വരങ്ങൾക്കുമിടയിലെ കാലയളവാണ് താളം. നിജപ്പെടുത്തിയിരിക്കുന്ന മാത്രയാണത്. ചലനത്തെ സമയത്തിന്റെ സഹായത്തോടെ നിർണ്ണയിക്കുമ്പോഴാണ് താളമുണ്ടാകുന്നത്. ശ്രുതിയും ലയവും താളത്തോടു ചേരുമ്പോൾ സംഗീതം കൂടുതൽ ആസ്വാദ്യമാകുന്നു. 'താളമയഞ്ഞു...

ഗാനമപൂർണ്ണം' എന്ന പാട്ട് കേട്ടിട്ടില്ലേ? കർണ്ണാടക സംഗീതത്തിൽ പ്രധാനമായും ഏഴ് താളമാണ് ഉള്ളത്. ഏകം, രൂപകം, ജംപ, ത്രിപുട, അട, മഠ്യ, ധ്രുവ എന്നിങ്ങനെ വിഭജനം.

രാഗം

ശ്രുതി, സ്വരം, ഭാവം എന്നിവയുടെ സവിശേഷ പ്രയോഗത്തിലൂടെ വൈവിദ്ധ്യമാർന്ന് പിറക്കുന്നവയാണ് രാഗങ്ങൾ. ഓരോ രാഗത്തിലും സ്വരങ്ങളെ വ്യത്യസ്ത തരത്തിലാണ് വിന്യസിക്കുക. ജന്യരാഗങ്ങളും ജനക രാഗങ്ങളുമുണ്ട്. കർണ്ണാടകസംഗീതത്തിന്റെ അടിസ്ഥാനരാഗങ്ങളായി 72 മേളകർത്താരാഗങ്ങളാണ് ഉള്ളത്. (ചില പുതിയ രാഗങ്ങൾ സൃഷ്ടിച്ചു എന്ന അവകാശവാദങ്ങളുമുണ്ട്.) ഇവയാണ് അടിസ്ഥാനരാഗങ്ങൾ. ജനകരാഗങ്ങൾ എന്ന് അറിയപ്പെടുന്നവ. ഇവയിൽനിന്നും ഉണ്ടായ അനേകം രാഗങ്ങളെ ജന്യരാഗങ്ങൾ എന്നു വിളിക്കുന്നു.

രാഗങ്ങൾക്ക് വ്യത്യസ്ത ഭാവം സൃഷ്ടിക്കാനുള്ള കഴിവുണ്ട്. വിവിധ വികാരങ്ങളെ പ്രതിനിധീകരിക്കുന്ന രാഗങ്ങളുണ്ട്. അതുപോലെതന്നെ വ്യത്യസ്ത സമയങ്ങളിൽ ആലപിക്കേണ്ട രാഗങ്ങളും നിർദ്ദേശിക്കപ്പെട്ടിരിക്കുന്നു. ഭൂപാളം, രേവഗുപ്തി, മലയമാരുതം തുടങ്ങിയവ പ്രഭാതരാഗങ്ങളാണ്. ശ്രീരാഗം മദ്ധ്യാഹ്നത്തിലും കല്യാണി സായാഹ്നത്തിലും തോടി രാത്രിയിലും പാടുന്നതാണ് ഭാവസമ്പൂർണ്ണം.

സംഗീതപ്രതിഭകൾ

പുരന്ദരദാസൻ

ദക്ഷിണേന്ത്യൻ സംഗീതത്തിന്റെ പിതാമഹൻ എന്ന് വിശേഷിപ്പിക്കപ്പെടുന്ന വാഗ്ഗേയകാരനാണ് പുരന്ദരദാസൻ. 1484 ൽ കർണ്ണാടകത്തിലെ പുരന്തരഗഡയിൽ ജനനം. സംസ്കൃതത്തിലും സംഗീതത്തിലും കന്നടഭാഷയിലും പ്രാവീണ്യം. രചനയും ആലാപനവും ഒരുപോലെ നിർവ്വഹിച്ച പ്രതിഭ. കർണ്ണാടകസംഗീതത്തെ ഇന്നത്തെനിലയിൽ സപ്തസ്വരം, വരിശകൾ, അലങ്കാരം തുടങ്ങി പഠനരീതിയിൽ ക്രമപ്പെടുത്തി

യത് പുരന്ദരദാസനാണ്. മായാമാളവഗൗളയിൽ സംഗീതപഠനത്തിന് ആരംഭംകുറിച്ച് സ്വരപ്പെടുത്തിയതും അദ്ദേഹം തന്നെ. എൺപതോളം രാഗങ്ങളിലായി ആയിരത്തോളം കൃതികൾ രചിച്ചു 'ലംബോദര ലകുമികരാ' എന്നുതുടങ്ങുന്ന വിഘ്നേശ്വരഗീതവും 'കുന്ദഗൗരഗൗരീവരാ........' എന്ന് ആരംഭിക്കുന്ന മഹേശ്വരഗീതവും പുരന്ദരദാസൻ രചിച്ചതാണ്. 1564 ലെ പുഷ്യഅമാവാസി നാളിൽ അദ്ദേഹം അന്തരിച്ചു.

പുരന്ദരദാസൻ

സ്വാതിതിരുനാൾ

കർണ്ണാടകസംഗീതത്തിനും അപ്പുറം ഭാരതീയ സംഗീതലോകത്ത് തിരുവിതാംകൂറിന്റെ യശസ്സ് ഉയർത്തിയ പ്രതിഭയാണ് ശ്രീ സ്വാതിതിരുനാൾ. സംഗീതലോകത്തെ മഹാരാജാവും മഹാരാജാക്കന്മാരിലെ സംഗീത സമ്രാട്ടുമായിരുന്നു അദ്ദേഹം. 1813 ൽ ജനനം. 1829 ൽ രാജ്യഭാരമേറ്റു. കേവലം 34 വയസ്സുമാത്രം നീണ്ട ജീവിതം. പക്ഷേ, എല്ലാ രംഗത്തുമെന്നപോലെ സംഗീതരംഗത്തും സ്വാതിതിരുനാൾ അമൂല്യ സംഭാവനകൾ നല്കി. വിവിധ സംഗീതശാഖകളിലെ വിശ്രുതപ്രതിഭകളെ അദ്ദേഹം സ്വന്തം രാജ്യത്ത് വിളിച്ചുവരുത്തി. നൂറുകണക്കിന് കൃതികൾ രചിച്ച മഹാരാജാവിന്റെ നാനൂറോളം കൃതികൾ കണ്ടെടു

സ്വാതിതിരുനാൾ

ക്കപ്പെട്ടു. സംഗീതത്തിന്റെ എല്ലാ ശാഖകളിലും മിക്കഭാഷകളിലും അദ്ദേഹം കൃതികൾ രചിച്ചിട്ടുണ്ട്. രണ്ട് താനവർണ്ണവും 19 പദവർണ്ണവും അദ്ദേഹത്തിന്റേതായി കണ്ടെത്തിയിട്ടുണ്ട്. ഭാവയാമിരഘുരാമം (രാഗമാലിക), ദേവദേവകലയാമി (മായാമാളവഗൗള), കൃപയാപാലയാശൗരേ (ചാരുകേശി), പങ്കജലോചന (കല്യാണി) തുടങ്ങിയ കീർത്തനങ്ങൾ വളരെ പ്രശസ്തങ്ങളാണ്.

മൈസൂർ വാസുദേവാചാര്യർ (ബ്രോചേവാ - കമാസ്, പ്രണമാമ്യഹം -ഗൗള, മാമതുശ്രീസരസ്വതി- ഹിന്ദോളം), മുത്തയ്യഭാഗവതർ, ഷഡ്കാലഗോവിന്ദമാരാര്, കെ സി കേശവപിള്ള തുടങ്ങിയ അനേകം പ്രതിഭകൾ കർണ്ണാടക സംഗീതശാഖയ്ക്ക് അമൂല്യസംഭാവനകൾ നല്കിയവരാണ്.

ഡോ. ബാലമുരളീകൃഷ്ണ

1930 ൽ മംഗലപ്പള്ളി (ആന്ധ്ര)യിൽ ജനിച്ചു. 72 മേളകർത്താരാഗങ്ങളിലും കൃതികൾ രചിച്ചു. പ്രശസ്തമായ തില്ലാനകളും ചിട്ടപ്പെടുത്തിയിട്ടുണ്ട്. വ്യത്യസ്തമായ ശൈലി, ഉച്ചാരണത്തിലും പദച്ഛേദത്തിലും താളപിടിപ്പിലുമുള്ള കൃത്യത, എന്നിവ അദ്ദേഹത്തിന്റെ ആലാപനത്തിന്റെ സവിശേഷതയാണ്. ഓംകാരി, മഹതി, ഹംസവിനോദിനി തുടങ്ങിയ രാഗങ്ങൾ അദ്ദേഹം കർണ്ണാടക സംഗീതലോകത്ത് അവതരിപ്പിച്ചു. സംഗീതത്തെ ചികിത്സയ്ക്കായി ഉപയോഗിക്കുക എന്ന പുത്തൻ പ്രവണതയ്ക്കും ബാലമുരളീകൃഷ്ണ തുടക്കമിട്ടു.

ഡോ. ബാലമുരളീകൃഷ്ണ

എം എസ് സുബ്ബലക്ഷ്മി

എം എസ് സുബ്ബലക്ഷ്മി

വനിതകൾ കുറവ് അനുഭവപ്പെടുന്ന ശാസ്ത്രീയ സംഗീതരംഗത്ത് വേറിട്ട വ്യക്തിത്വമായിരുന്നു എം എസ് സുബ്ബലക്ഷ്മി. വെങ്കിടേശ്വര സുപ്രഭാതത്തിന്റെ വെങ്കലനാദത്തിലൂടെ സുബ്ബലക്ഷ്മി എല്ലാ സംഗീതപ്രേമികളുടെയും ഹൃദയം കവർന്നു. കേൾവിസുഖാനുഭവം ഇത്രയേറെ പകരുന്ന സംഗീതജ്ഞകൾ കുറവാണ്. വിഷ്ണു സഹസ്രനാമം, ഭജഗോവിന്ദം തുടങ്ങിയവയും സുബ്ബലക്ഷ്മി വശ്യസുന്ദരമായി പാടിയിട്ടുണ്ട്. സ്വരസ്ഥാനങ്ങളിലെ കറതീർന്ന സൂക്ഷ്മത ആയിരുന്നു ഈ സംഗീതജ്ഞയുടെ പ്രത്യേകത. 'താങ്കളുടെ സംഗീതത്തിനു മുന്നിൽ ഞാൻ കേവലം ഒരു പ്രധാനമന്ത്രി മാത്രം' എന്നായിരുന്നു സുബ്ബലക്ഷ്മിയുടെ ആലാപനംകേട്ട ജവഹർലാൽ നെഹ്റുവിന്റെ കമന്റ്.

കർണ്ണാടകസംഗീതത്തിലെ ത്രിമൂർത്തികൾ

ശ്യാമശാസ്ത്രികൾ, ത്യാഗരാജൻ, മുത്തുസ്വാമിദീക്ഷിതർ എന്നിവരെയാണ് കർണ്ണാടക സംഗീതത്തിലെ ത്രിമൂർത്തികളായി പരിഗണിക്കുന്നത്.

ശ്യാമശാസ്ത്രികൾ

ശ്യാമശാസ്ത്രികൾ (1762 –1827)

തഞ്ചാവൂരിലെ തിരുവാരൂർ ഗ്രാമത്തിലാണ് ജനനം. ശ്യാമകൃഷ്ണൻ എന്നായിരുന്നു വിളിപ്പേര്. അവധൂത

നായ സംഗീതസ്വാമിയിൽനിന്ന് പ്രാഥമിക സംഗീതപാഠങ്ങൾ പഠിച്ച ശ്യാമകൃഷ്ണൻ, പിച്ചിമിറിയം ആദിയപ്പയ്യ എന്ന സംഗീതജ്ഞനുകീഴിൽ അപൂർവ്വ രാഗങ്ങൾ സ്വായത്തമാക്കി. മുന്നൂറോളം കൃതികൾ രചിച്ചിട്ടുണ്ട്. മധുരമീനാക്ഷിയെ സ്തുതിച്ചു രചിച്ച *നവരത്നമാലിക* പ്രശസ്തമാണ്. ശിഷ്യസമ്പത്ത് കുറവായിരുന്ന ശ്യാമശാസ്ത്രികളുടെ കൃതികൾക്ക് അതുകൊണ്ടുതന്നെ വേണ്ടത്ര പ്രചാരം ലഭിച്ചിട്ടില്ല.

ത്യാഗരാജസ്വാമികൾ (1767 – 1847)

ത്യാഗരാജസ്വാമികൾ

തഞ്ചാവൂരിലെ തിരുവാരൂരിൽത്തന്നെയാണ് ത്യാഗരാജന്റെയും ജനനം. രാമബ്രഹ്മത്തിന്റെയും സംഗീതജ്ഞയായ സീതമ്മയുടെയും മകൻ. സോണ്ടി വെങ്കടരമണയ്യയുടെ കീഴിൽ സംഗീതപഠനം ആരംഭിച്ചു. കർണ്ണാടക സംഗീതലോകത്ത് ഏറ്റവും പ്രശസ്തനായി മാറിയ ത്യാഗരാജൻ, രണ്ടായിരത്തി അഞ്ഞൂറോളം കൃതികൾ രചിച്ചു. മധുരമായി പാടാനും കഴിവുണ്ടായിരുന്നു അദ്ദേഹത്തിന്. കടുത്ത ശ്രീരാമഭക്തനായിരുന്നു. ബാലകനകമായ (അഠാണ), കനുകൊണ്ടിനി (ബിലഹരി), നിധിഝാലസുഖമാ (കല്യാണി), ക്ഷീരസാഗരശയന (ദേവഗാന്ധാരി), രാഗസുധാരസ (ആന്ദോളിക), മോക്ഷമുഗലദാ (സാരമതി) തുടങ്ങിയ അതിപ്രശസ്ത കീർത്തനങ്ങൾ ത്യാഗരാജസ്വാമികൾ രചിച്ചു.

സംഗീതവും ഭാവവും രസവും സമഞ്ജസമായി സമ്മേളിക്കുന്ന പഞ്ചരത്നകീർത്തനങ്ങൾ ത്യാഗരാജ സംഗീതത്തിൽ രത്നശോഭ തീർക്കുന്നു. നാട്ട, ഗൗള, ആരഭി, വരാളി, ശ്രീ എന്നീ രാഗങ്ങളിലായി ചിട്ടപ്പെടുത്തിയിരിക്കുന്നവയാണ് പഞ്ചരത്ന കീർത്തനങ്ങൾ.

മുത്തുസ്വാമി ദീക്ഷിതർ (1775 - 1835)

മുത്തുസ്വാമി ദീക്ഷിതർ

തഞ്ചാവൂരിലെ തിരുവാരൂരിലാണ് ദീക്ഷിതരുടെയും ജനനം. ദീക്ഷിതരുടെ അച്ഛൻ രാമസ്വാമിയും അമ്മ സുബ്ബമ്മാളും സംഗീതജ്ഞരായിരുന്നു. സംഗീതത്തിന്റെ പ്രാഥമിക പാഠങ്ങൾ മാതാപിതാക്കളിൽനിന്നാണ് അഭ്യസിച്ചത്. മികച്ച വീണവാദകനും ആയിരുന്നു ദീക്ഷിതർ. ചിദംബരനാഥ യോഗികളാണ് ദീക്ഷിതർക്ക് ഉപരിപഠനം നല്കിയത്. സുബ്രഹ്മണ്യസ്വാമിയുടെയും ദേവിയുടെയും ഭക്തനായിരുന്നു മുത്തുസ്വാമിദീക്ഷിതർ. 'ഗുരുഗുഹ' എന്ന മുദ്ര അദ്ദേഹം കൃതികളിൽ സ്വീകരിച്ചു. അറുനൂറിലേറെ കൃതികൾ രചിച്ചു. ദീക്ഷിതരുടെ 'വാതാപിഗണപതിം' (ഹംസധ്വനി) എന്നു തുടങ്ങുന്ന കീർത്തനം അതിപ്രശസ്തമാണ്. ശേഷചലനായകം ജാമി (വരാളി), ആനന്ദനടനപ്രകാശം (കേദാരം), ശിവകാമേശ്വരീം (കല്യാണി), സ്വാമിനാഥപരിപാലയ (നാട്ട), ജംബുപതേ (യമുനാകല്യാണി) തുടങ്ങിയ പ്രശസ്തങ്ങളായ നിരവധി കൃതികൾ മുത്തുസ്വാമി ദീക്ഷിതർ രചിച്ചു.

4

പുഴയൊഴുകും വഴി

നദികൾ അമൃതവാഹിനികളാണ്. സംസ്കൃതിയുടെയും ജീവന്റെയും ആധാരകേന്ദ്രങ്ങൾ. സമൂഹത്തെ നിലനിർത്തുന്നതിലും സംസ്കാരം രൂപപ്പെടുന്നതിലും നദികൾക്ക് മുഖ്യ പങ്കുണ്ട്. വ്യക്തമായ അതിരുകൾക്കുള്ളിലെ സ്വാഭാവിക ജലപ്രവാഹമെന്ന് നദികളെ നിർവ്വചിക്കാം.

അനേകം നീർച്ചാലുകൾ ഒന്നിച്ചു ചേരുമ്പോൾ നദികൾ പിറക്കുന്നു. ചരിവിന്റെ അടിസ്ഥാനത്തിൽ നദീപ്രവാഹത്തിന്റെ നീരൊഴുക്കിന് ശക്തി കൂടുന്നു. മലനിരകളിൽനിന്ന് അരുവിയായി പിറക്കുന്നതിനാൽ ആരംഭത്തിൽ അതിവേഗത്തോടെയാണ് നദി ഒഴുകുന്നത്. സമതലങ്ങളിൽ മന്ദമായൊഴുകുമെങ്കിലും കരകളെ കാർന്നുതിന്ന് അവ സ്വയം വീതി കൂട്ടുന്നു. മൂന്നാംഘട്ടം പതനമാണ്. ഈ ഘട്ടത്തിൽ ഒഴുക്കിന്റെ തീവ്രത കുറയും.

നദീതട സംസ്കാരങ്ങൾ

കൃഷിക്കും ജീവിതവൃത്തിക്കുമായി മനുഷ്യർ കാലങ്ങൾക്കു മുമ്പേ നദീതടങ്ങളിലാണ് തിങ്ങിപ്പാർത്തത്. സമൂഹത്തിന്റെ സാമ്പത്തിക വളർച്ചയിലും നദികൾ പങ്കുവഹിക്കുന്നു. ആറായിരം കൊല്ലം മുമ്പ് ഈജിപ്തിലെ നൈൽ നദീതടത്തിലും

സിന്ധുനദീതട സംസ്കാരം.

നാലായിരം വർഷം പഴക്കം കരുതുന്ന നമ്മുടെ സിന്ധു നദീതടത്തിലും മഹത്തായ രണ്ട് സംസ്കാരങ്ങളാണ് പിറവികൊണ്ടത്.

ലോകത്തെ വൻനഗരങ്ങൾ പലതും നദീതീരത്താണ്. തെംസ് നദിക്കരയിൽ ലണ്ടനും സീൻ നദിയോരത്ത് പാരീസും മോസ്കാവയുടെ കരയിൽ മോസ്കോയും നൈലിന് സമീപം കെയ്റോയും യമുനയുടെ തീരത്ത് ന്യൂഡൽഹിയും സ്ഥിതി ചെയ്യുന്നു.

ഇന്ത്യയിലെ നദികൾ

നദികളാൽ സമ്പന്നമാണ് ഭാരതം. ഹിമാലയൻ നദികളും ഉപദ്വീപീയ നദികളുമുണ്ട്. ഉത്തരേന്ത്യൻ നദികൾ ഹിമാലയത്തിൽ ഉത്ഭവിക്കുന്നതിനാൽ എക്കാലത്തും ജലസമൃദ്ധമാണ്. മഞ്ഞുരുകിയ വെള്ളവും ഇവയെ സമൃദ്ധമാക്കുന്നു. സിന്ധു, ഗംഗ, ബ്രഹ്മപുത്ര നദികളാണ് ഹിമാലയൻ നദികളിൽ പ്രധാനം. പടിഞ്ഞാറോട്ട് ഒഴുകുന്നവയിൽ നീളം കൂടിയത് നർമ്മദയും കിഴക്കോട്ട് ഒഴുകുന്നവയിൽ ഗോദാവരി, മഹാനദി, ദാമോദർ എന്നിവയും പ്രധാനം.

ഭാരതത്തിന്റെ ദേശീയ നദി ഗംഗയാണ്. ഏറ്റവും നീളം

കൂടിയ നദിയും ഗംഗ തന്നെ. ഗംഗയുടെ ഏറ്റവും പ്രധാന പോഷകനദിയായ യമുനയാണ് പുരാണപ്രസിദ്ധമായ കാളിന്ദി. രാജ്യത്തെ നദികളിൽ ഏറ്റവും ജലസമൃദ്ധി ബ്രഹ്മപുത്രയിലാണ്. ഗോദാവരി, കൃഷ്ണ, കാവേരി എന്നിവ പ്രധാന ദക്ഷിണേന്ത്യൻ നദികളാണ്.

ഗംഗാനദി

കേരളത്തിലെ നദികൾ

കേരളത്തിന്റെ പ്രകൃതിസൗന്ദര്യത്തിന് മാറ്റു കൂട്ടുന്നവയാണ് നദികൾ. 44 നദികൾ കേരളത്തിന് ജലസമൃദ്ധി നല്കുന്നു. 41 എണ്ണം പടിഞ്ഞാറോട്ടും മൂന്നെണ്ണം കിഴക്കോട്ടും ഒഴുകുന്നു. കബനി, ഭവാനി, പാമ്പാർ എന്നിവയാണ് കിഴക്കോട്ട് ഒഴുകുന്നത്. നമ്മുടെ സംസ്ഥാനത്തെ പ്രധാനനദികളായ പെരിയാർ, ഭാരതപ്പുഴ, പമ്പ, ചാലിയാർ തുടങ്ങിയവ പോലും രാജ്യത്തെ മഹാനദികളുമായി താരതമ്യം ചെയ്താൽ ഇടത്തരം വിഭാഗത്തിലേ വരൂ.

പ്രധാന നദികൾ

പെരിയാർ

കേരളത്തിലെ ഏറ്റവും നീളം കൂടിയ നദിയാണ് പെരിയാർ.

പെരിയാർ

244 കിലോമീറ്ററാണ് നീളം. മലിനീകരണത്തിന്റെ ഏറ്റവും വലിയ ഇരയും പെരിയാറാണ്. കേരള - തമിഴനാട് അതിർത്തിയിലെ ശിവഗിരി മലകളിൽനിന്നാണ് പെരിയാറിന്റെ പിറവി. വിവാദമുയർത്തുന്ന മുല്ലപ്പെരിയാർ അടക്കം അണക്കെട്ടുകളും പെരിയാറ്റിലുണ്ട്. നിരവധി പോഷകനദികൾ പെരിയാറിനെ സമ്പന്നമാക്കുന്നു.

ഭാരതപ്പുഴ

കേരളീയ സംസ്കാരത്തിന്റെയും പൈതൃകത്തിന്റെയും ഗൃഹാതുരമായ പ്രതീകമാണ് ഭാരതപ്പുഴ. നിള എന്ന ഭാരതപ്പുഴ

നിള

പ്രചോദിപ്പിക്കാത്ത കവികളും കലാകാരന്മാരുമില്ല. പേരാർ എന്നും ഭാരതപ്പുഴയ്ക്ക് പേരുണ്ട്. ഗായത്രിപ്പുഴ, കല്പാത്തിപ്പുഴ, കണ്ണാടിപ്പുഴ, തൂതപ്പുഴ എന്നിവയാണ് ഭാരതപ്പുഴയുടെ മുഖ്യ പോഷകനദികൾ. സമുദ്രനിരപ്പിൽനിന്ന് 1964 മീറ്റർ ഉയരത്തിൽ പിറക്കുന്ന ഭാരതപ്പുഴയ്ക്ക് 209 കിലോമീറ്ററാണ് നീളം. മലമ്പുഴ അണക്കെട്ട് അടക്കം എട്ടു പ്രധാന അണക്കെട്ടുകൾ ഭാരതപ്പുഴയിലുണ്ട്. ചരിത്ര പ്രസിദ്ധമായ മാമാങ്കം നടന്നിരുന്നത് നിളയുടെ തീരത്തായിരുന്നു. കലകളുടെ കളിയരങ്ങായ കേരള കലാമണ്ഡലം ഭാരതപ്പുഴയുടെ തീരത്താണ്.

പമ്പാനദി

ഭക്തിയും ഐതിഹ്യവും ഒഴുകുന്ന നദിയാണ് പമ്പ. ശബരിമല തീർത്ഥാടനത്തിന്റെ ഭാഗമാണ് പമ്പാസ്നാനം. ദക്ഷിണ ഗംഗ എന്ന് പമ്പയെ വിശേഷിപ്പിക്കുന്നു. പശ്ചിമഘട്ട മലനിരകളിൽ നിന്നാണ് പമ്പയുടെ പിറവി. സമുദ്രനിരപ്പിൽനിന്ന് 1677 മീറ്റർ ഉയരത്തിൽ നിരവധി കാട്ടുചോലകൾ കൂടിച്ചേർന്നാണ് പമ്പ രൂപമെടുക്കുന്നത്. ചെറുതും വലുതുമായ 288 പോഷക നദികൾ ചേരുന്ന പമ്പയ്ക്ക് കേരളത്തിലെ നദികളിൽ നീളംകൊണ്ട് മൂന്നാംസ്ഥാനമാണ്.

പമ്പ

ചാലിയാർ

ചാലിയാർ

തമിഴ്നാട്ടിലെ നീലഗിരി ജില്ലയിൽ ഇളമ്പലാരി മലയിൽ ഉത്ഭവിക്കുന്ന ചാലിയാർ വയനാട്, മലപ്പുറം, കോഴിക്കോട് ജില്ലകളിലൂടെ ഒഴുകി ബേപ്പൂരിൽ വച്ച് അറബിക്കടലിൽ പതിക്കുന്നു. 169 കിലോമീറ്ററാണ് ദൈർഘ്യം. വയനാടൻചുരത്തിൽ നിന്ന് ഉത്ഭവിക്കുന്നു.

മയ്യഴിപ്പുഴ

തലശ്ശേരിക്കു തെക്ക് മാഹിയുടെ അതിർത്തി നിർണ്ണയിക്കുന്നതും മയ്യഴിപ്പുഴയാണ്. എം മുകുന്ദന്റെ കൃതികളിലൂടെ

മയ്യഴിപ്പുഴ

മലയാളം മയ്യഴിപ്പുഴയെ നെഞ്ചേറ്റി. ഫ്രഞ്ച് അധിനിവേശപ്രദേശമായിരുന്ന മയ്യഴിയെ തൊട്ടടുത്ത ബ്രിട്ടീഷ് ഭരണപ്രദേങ്ങളിൽ നിന്ന് വേർതിരിച്ചതും മയ്യഴിപ്പുഴ ആയിരുന്നു. അതുകൊണ്ടാണ് ഇന്ത്യയിലെ ബ്രിട്ടീഷ് ചാനൽ എന്ന വിളിപ്പേരും ഈ പുഴയ്ക്ക് സ്വന്തമായത്.

കല്ലായിപ്പുഴ

കോഴിക്കോടിന്റെ ഗൃഹാതുര സ്മൃതിയാണ് കല്ലായിപ്പുഴ. സമുദ്രനിരപ്പിൽനിന്ന് ഉയരത്തിലുള്ള ചേരിക്കളത്തൂരിൽ നിന്നാണ് ഉത്ഭവം. മരവ്യവസായത്തിന് പേരുകേട്ടതാണ് കല്ലായിപ്പുഴയുടെ തീരങ്ങൾ. 96 ചതുരശ്ര കിലോമീറ്ററാണ് പുഴയുടെ വിസ്തൃതി.

കിഴക്കോട്ട് ഒഴുകുന്ന നദികൾ

കബനി

വയനാട്ടിലെ തൊണ്ടാർമുടിയിൽനിന്ന് ഉത്ഭവം. കർണ്ണാടകയിലേക്കാണ് കബനിയുടെ ഒഴുക്ക്. കേരള - കർണ്ണാടക അതിർത്തിയിലൂടെ 12 കിലോമീറ്റർ ഒഴുകുന്നു. മൈസൂർ ജില്ലയിലൂടെ ഒഴുകുന്ന കാവേരി നദിയിൽ ലയിക്കുന്നു. വയനാട്ടിലെ പ്രശസ്തമായ കുറുവദ്വീപ് കബനിയിലാണ്.

കബനി

ഭവാനി

തമിഴ്നാട്ടിലെ നീലഗിരിയിൽ ഉത്ഭവിക്കുന്നു. 13 കിലോമീറ്റർ തമിഴ്നാട്ടിലൂടെ ഒഴുകി കേരളത്തിൽ എത്തുന്നു. പാലക്കാട് ജില്ലയിലൂടെയാണ് ഭവാനി പിന്നീട് ഒഴുകുന്നത്. ശിരുവാണിപ്പുഴ, വരഗാർ എന്നിവയാണ് പ്രധാനപോഷകനദികൾ. കൽക്കണ്ടിയൂരിൽ വെച്ച് വീണ്ടും തമിഴ്നാട്ടിലേക്ക് കടക്കുന്നു.

പാമ്പാർ

ഇടുക്കിയിലെ ദേവികുളത്ത് ഉത്ഭവം. തുടർന്ന് 29 കിലോമീറ്റർ കേരളത്തിലൂടെ ഒഴുകി തമിഴ്നാട്ടിൽ എത്തുന്നു. ഇരവികുളം, മൈലാടി, തീർത്ഥമല, ചങ്കലാർ, തേനാർ എന്നിവ പ്രധാന പോഷകനദികൾ. പ്രശസ്തമായ തൂവാനം വെള്ളച്ചാട്ടം പാമ്പാറിലാണ്.

പാമ്പാർ

നദികൾ മലയാളം ഗാനങ്ങളിൽ

വിവിധ നദികൾ ഉൾപ്പെടുന്ന അനേകം ഗാനങ്ങൾ മലയാള കവികൾ രചിച്ചിട്ടുണ്ട്. ഏറ്റവും അധികം പുഴപ്പാട്ടുകൾ എഴുതി

യത് പി ഭാസ്കരനാണ്. വയലാർ മുതൽ ഗിരീഷ് പുത്തഞ്ചേരിവരെ നദികളെക്കുറിച്ചുള്ള പാട്ടെഴുതി.

'കരയുന്നോ പുഴ
ചിരിക്കുന്നോ
കണ്ണീരുമൊലിപ്പിച്ചു
കൈവഴികൾ
പിരിയുമ്പോൾ
കരയുന്നോ പുഴ
ചിരിക്കുന്നോ' ....(മുറപ്പെണ്ണ്)

പി ഭാസ്കരൻ

'സമയമാം നദി
പുറകോട്ടൊഴുകി സ്മരണതൻ
പൂവണിത്താഴ്വരയിൽ'
(അച്ചാണി) എന്നിവ ഭാസ്കരന്റെ പ്രശസ്ത ഗാനങ്ങളാണ്.

വയലാർ എഴുതിയവയിൽ ഏറ്റവും പ്രശസ്തം 'പൂന്തേനരുവീ..... പൊന്മുടിപ്പുഴയുടെ അനുജത്തീ' (ഒരു പെണ്ണിന്റെ കഥ) എന്ന ഗാനമാണ്.

വയലാർ

ഒ എൻ വി എഴുതിയ പുഴപ്പാട്ടുകളിൽ 'കല്ലോലിനീ .... വനകല്ലോലിനീ.... നിൻ തീരത്തു വിടരും ദുഃഖ പുഷ്പങ്ങളെ താരാട്ടുപാടിയുറക്കൂ.....' (*നീലക്കണ്ണുകൾ*) 'പുഴയോരത്ത് പൂന്തോണി എത്തീലാ' (*അഥർവ്വം*) എന്നിവ ശ്രദ്ധേയമാണ്.

ശ്രീകുമാരൻതമ്പി *മൃഗയാ* എന്ന ചിത്രത്തിൽ ജീവിതത്തെ പുഴയോട് ഉപമിച്ചത് നോക്കുക. 'ഒരിക്കൽ നിറഞ്ഞും ഒരിക്കൽ മെലിഞ്ഞും ഒഴുകും

പുഴപോലെ ഇടയ്ക്കു തളിർക്കും ഇടയ്ക്കു വിളറും ഇവിടെ ജീവിതങ്ങൾ....' 'പ്രിയസഖി ഗംഗേ പറയൂ....' 'കാവേരി പാടാമിനി....', 'പുഴയോരഴകുള്ളപെണ്ണ്', 'നീരാടുവാൻ നിളയിൽ' തുടങ്ങിയവയിലൂടെ ഒ എൻ വിയും 'മാനസനിളയിൽ' (യൂസഫലി കേച്ചേരി), 'പാണപ്പുഴ പാടിനീട്ടി' .... 'വണ്ണാത്തിപ്പുഴ യുടെതീരത്ത്' (കൈതപ്രം) 'മാമാങ്കം പലകുറികൊണ്ടാടി നിളയുടെ' (ബിച്ചു തിരുമല), 'പായിപ്പാട്ടാറ്റിൽ വള്ളംകളി .....' (ശ്രീകുമാരൻ തമ്പി) 'ഗംഗേ തുടിയിൽ ഉണരും' (ഗിരീഷ് പുത്ത ഞ്ചേരി) തുടങ്ങി മറ്റ് കവികളും പുഴപ്പാട്ടൊരുക്കുന്നു.

കേരളത്തിലെ നദികൾ (പട്ടിക)

ക്രമനമ്പർ	നദിയുടെ പേര്	നീളം (കി മീറ്ററിൽ)
1.	പെരിയാർ (ഇടമലയാർ, ചെറുതോണിപ്പുഴ, മുല്ലയാർ, മുതിരപ്പുഴ, പെരിഞ്ചാൻകുട്ടിപ്പുഴ)	244
2.	ഭാരതപ്പുഴ (തൂതപ്പുഴ, ഗായത്രിപ്പുഴ, കല്പാത്തിപ്പുഴ, കണ്ണാടിപ്പുഴ)	209
3.	പമ്പ	176
4.	ചാലിയാർ	169
5.	ചാലക്കുടിപ്പുഴ	169
6.	കടലുണ്ടിപ്പുഴ	130
7.	അച്ചൻകോവിൽ ആറ്	128
8.	കല്ലടയാറ്	121
9.	മൂവാറ്റുപുഴ ആറ്	121
10.	വളപട്ടണം പുഴ	110
11.	ചന്ദ്രഗിരിപ്പുഴ	105
12.	മണിമലയാറ്	90

13.	വാമനപുരം ആറ്	88
14.	കുപ്പംപുഴ	82
15.	മീനച്ചിലാറ്	78
16.	കുറ്റ്യാടിപ്പുഴ	74
17.	കരമനയാറ്	68
18.	ഷിറിയപ്പുഴ	67
19.	കാര്യങ്കോട് പുഴ	64
20.	ഇത്തിക്കരയാറ്	56
21.	നെയ്യാറ്	56
22.	മയ്യഴിപ്പുഴ(മാഹിപ്പുഴ)	54
23.	കേച്ചേരിപ്പുഴ	51
24.	പെരുവമ്പപ്പുഴ	51
25.	ഉപ്പളയാറ്	50
26.	കരുവന്നൂർപ്പുഴ (കുറുമാലിപ്പുഴ)	48
27.	അഞ്ചരക്കണ്ടിപ്പുഴ	48
28.	തിരൂർപ്പുഴ	48
29.	നീലേശ്വരംപുഴ	46
30.	പള്ളിക്കലാറ്	42
31.	കോരപ്പുഴ	40
32.	മൊഗ്രാൽപ്പുഴ	34
33.	കവ്വായിപ്പുഴ	31
34.	പുഴയ്ക്കൽ ആറ്	29
35.	തലശ്ശേരിപ്പുഴ	28
36.	മാമംപുഴ	27
37.	ചിത്താരിപ്പുഴ	25
38.	കല്ലായിപ്പുഴ	22
39.	രാമപുരം പുഴ	19

കിഴക്കോട്ട് - ഒഴുകുന്നവ

5

നമ്മുടെ തൊടിയിലെ ഔഷധക്കൂട്ടുകൾ

വേദോല്പത്തിയോളം പഴക്കം അവകാശപ്പെടാവുന്ന ശാസ്ത്രമാണ് ആയുർവ്വേദം. ഭാരതീയർ ആരോഗ്യസംരക്ഷണത്തിനായി ഏറ്റവും കൂടുതൽ ആശ്രയിച്ചിരുന്നത് ആയുർവ്വേദത്തെയാണ്. മനുഷ്യരാശി ഇന്നനുഭവിക്കുന്ന ഒട്ടുമിക്ക രോഗാവസ്ഥകളെയും തരണംചെയ്യാൻ ആയുർവ്വേദത്തിന്റെ ചിട്ടയായ ഉപയോഗം സഹായിക്കുന്നു. ആയുർവ്വേദത്തിൽ പരാമർശിക്കുന്ന മിക്ക സസ്യങ്ങളും നമ്മുടെ ചുറ്റുപാടുകളിൽ സുലഭമായി ലഭിക്കുന്നതാണ്. ഉൽകൃഷ്ടങ്ങളായ ഏതാനും സസ്യലതാദികളെ പരിചയപ്പെടുത്തുകയാണിവിടെ. ശാസ്ത്രനാമം ബ്രാക്കറ്റിൽ.

ആര്യവേപ്പ് (AZADIRACHTA INDICA)

വീട്ടുവളപ്പുകളിൽ സർവ്വസാധാരണമായി കണ്ടുവരുന്ന ഔഷധസസ്യമാണ് ആര്യവേപ്പ്. ആയുർവ്വേദ ചികിത്സാരംഗത്ത് ഏറെ പ്രാധാന്യമുള്ള സസ്യ

ആര്യവേപ്പ്

മാണിത്. ത്വക്ക് രോഗങ്ങൾക്കുള്ള പ്രതിവിധിയായിട്ടാണ് ആര്യവേപ്പ് കൂടുതലായി ഉപയോഗിക്കുന്നത്. രക്തം ശുദ്ധി ചെയ്യുന്നതിനായും ആര്യവേപ്പ് ഉപയോഗിക്കുന്നു. കൂടാതെ പനി, വ്രണം, തുള്ളൽപ്പനി, ഉദരകൃമി എന്നിവയെ ശമിപ്പിക്കുന്നതിനും ശരീരദുർഗ്ഗന്ധം അകറ്റുന്നതിനും ആര്യവേപ്പ് അത്യുത്തമമാണ്. വേപ്പിന്റെ ഇല, തൊലി തുടങ്ങി എല്ലാ ഭാഗങ്ങളും ഔഷധമൂല്യമുള്ളതാണ്. അന്തരീക്ഷം അണുവിമുക്തമാക്കുന്നതിനായി വീട്ടുപരിസരത്ത് വായുസഞ്ചാരം ലഭിക്കുന്ന ഭാഗത്ത് വേപ്പുമരം നട്ടുപിടിപ്പിക്കാറുണ്ട്.

തഴുതാമ (ABOERHAVIA DIFFUSA)

തഴുതാമ

ശരീരത്തിലുണ്ടാകുന്ന നീരിനെ കുറയ്ക്കുന്നതിന് തഴുതാമ ഉപയോഗിക്കുന്നു. ശരീരത്തിൽ രക്തത്തിന്റെ അളവ് കൂട്ടുന്നതിനും മൂത്രതടസ്സം നീക്കുന്നതിനും നേത്രസംബന്ധമായ അസുഖങ്ങൾക്കും തഴുതാമ ഔഷധമായി ഉപയോഗിക്കാറുണ്ട്.

തുളസി (OCIMUM SANCTUM)

തുളസി

പുരാണങ്ങളിൽ പരാമർശിച്ചിരിക്കുന്ന ഔഷധസസ്യമാണ് തുളസി. ഹൈന്ദവാചാരങ്ങളുമായി ബന്ധപ്പെട്ട പൂജാദികർമ്മങ്ങളിൽ ഒഴിച്ചുകൂടാനാവാത്ത ഒന്നാണിത്. ചുമ, തൊണ്ട വേദന, ഉദര രോഗങ്ങൾ എന്നിവയെ ശമിപ്പിക്കുന്നു. ദുർഗ്ഗന്ധം അകറ്റുന്നതിനും കൃമികളെ നശിപ്പിക്കുന്നതിനും ഉള്ള കഴിവ് തുളസിക്കുണ്ട്. ശ്വാസകോശരോഗം, ശരീരവേദന, സന്നിപാതജ്വരം,

ത്വക്ക് രോഗങ്ങൾ എന്നിവയ്ക്കുള്ള സിദ്ധൗഷധമാണിത്. തുളസി ഇല ഇടിച്ചുപിഴിഞ്ഞ നീര് ചെവിവേദന കുറയ്ക്കുന്നു. വിഷാംശം കുറയ്ക്കുന്നതിനും തുളസി ഉപയോഗിക്കാറുണ്ട്. കൃഷ്ണതുളസി, രാമതുളസി എന്ന് തുളസി 2 വിഭാഗങ്ങളുണ്ട്.

ശതാവരി (ASPARAGUS RACEMOSUS)

ഒട്ടുമിക്ക ആയുർവ്വേദ മരുന്നുകളിലും ശതാവരി അടങ്ങിയിരിക്കുന്നു. ആയിരം ഔഷധഗുണം ശതാവരിയിൽ അടങ്ങിയിരിക്കുന്നതായി ആയുർവ്വേദം പറയുന്നു. അതുകൊണ്ടു തന്നെ സഹസ്രമൂലി എന്നാണ് ശതാവരിയുടെ സംസ്കൃത നാമം. ശതാവരിക്കിഴങ്ങ് ആയുർവ്വേദ ഔഷധങ്ങൾ നിർമ്മിക്കാൻ സാധാരണയായി ഉപയോഗിച്ചുവരുന്നു.

ശതാവരി

ആടലോടകം (ADHATODA ZEYLANICA)

ഏറെ ഔഷധപ്രാധാന്യമുള്ള ഒരിനം ചെടിയാണ് ആടലോടകം. ചെറിയ ആടലോടകത്തിന്റെ ഇലയുടെ നീര് തേൻ ചേർത്തുകുടിക്കുന്നത് രക്തപിത്തം, ചുമ എന്നിവയ്ക്ക് ഉത്തമമാണ്. ആസ്ത്മ, ശ്വാസകോശരോഗങ്ങൾ എന്നിവയ്ക്കും ആടലോടകം ഔഷധമാണ്.

ആടലോടകം

ആവണക്ക് (RICINUS COMMUNIS)

വേര്, കായ്, ഇല എന്നിവയിലെല്ലാം ഔഷധമൂല്യം അടങ്ങിയിട്ടുള്ള ചെടിയാണ് ആവണക്ക്. നീര് ശമിപ്പിക്കുന്ന

തിനായിട്ടാണ് പ്രധാനമായും ആവണക്ക് ഉപയോഗിക്കുന്നത്. വേദനയുള്ള ഭാഗങ്ങളിൽ ആവണക്കില ചൂടാക്കി വെച്ചുകെട്ടാറുണ്ട്.

ആവണക്ക്

ചെമ്പകം (MICHELIA CHAMPACA)

സുഗന്ധവാഹിനിയായ ഔഷധച്ചെടിയാണ് ചെമ്പകം. ചെമ്പകത്തിന്റെ വിത്ത്, പൂവ്, കറ എന്നിവയെല്ലാം ഔഷധമായി ഉപയോഗിക്കാറുണ്ട്. ചെമ്പകവിത്ത് ചേർത്തുകാച്ചിയ എണ്ണ തലവേദന ശമിപ്പിക്കുന്നതിനായി ഉപയോഗിക്കുന്നു. ത്വക്ക് രോഗങ്ങൾക്ക് സാധാരണയായി ചെമ്പകം ഉപയോഗിക്കുന്നു. അത്തർ നിർമ്മാണത്തിനായും ചെമ്പകത്തിന്റെ പൂവ് ഉപയോഗിക്കാറുണ്ട്.

ചെമ്പകം

കീഴാർനെല്ലി (PHYLLANTHUSS NIRURI)

മഞ്ഞപിത്തത്തിന് ഉപയോഗിക്കുന്ന ഔഷധസസ്യമാണിത്. ത്വക്ക്രോഗങ്ങളെ ശമിപ്പിക്കുവാൻ കീഴാർനെല്ലിക്ക് ശേഷിയുണ്ട്. വ്രണം സുഖപ്പെടുത്തുന്നതിനും പനിയെ ശമിപ്പിക്കുന്നതിനും കീഴാർനെല്ലി ഉപയോഗിക്കുന്നു. മുടിയുടെ വളർച്ചയെ സഹായിക്കുവാനും കീഴാർനെല്ലിക്ക് കഴിവുണ്ട്.

കീഴാർനെല്ലി

കൈയോന്നി (ECLIPTA PROSTRATA)

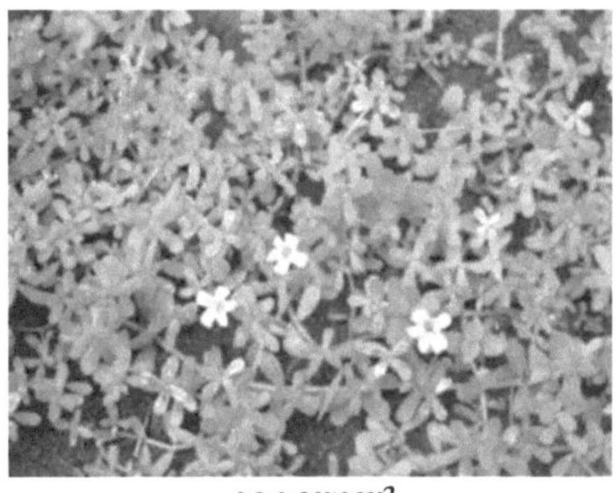
കൈയോന്നി

മുടി വളരാൻ സഹായിക്കുന്ന ഔഷധമാണ് കൈയോന്നി. നേത്രരോഗങ്ങൾ, ത്വക്ക് രോഗങ്ങൾ എന്നിവയ്ക്ക് പ്രതിവിധിയായി ഇത് ഉപയോഗിക്കുന്നു. ചുമയ്ക്കും, രക്തശുദ്ധിക്കും ഉത്തമമാണ് ഈ ഔഷധസസ്യം. എത്ര പഴകിയ ത്വക്ക് രോഗമായാലും സുഖപ്പെടുത്താനുള്ള ശേഷി കൈയോന്നിക്കുണ്ട്. നര ഇല്ലാതാക്കാനും ഇതിന് കഴിവുണ്ട്.

പൂവാങ്കുറുന്തൽ (VERNONIA CINERIA)

പൂവാങ്കുറുന്തൽ

പനി ശമിപ്പിക്കുന്നതിനുത്തമമാണ് പൂവാങ്കുറുന്തൽ. ചുമ, ശ്വാസംമുട്ടൽ, ജലദോഷം ഇവയെ ശമിപ്പിക്കുന്നു. മുടി വളരാൻ സഹായിക്കുന്നു. കൃമിയെ നശിപ്പിക്കാനും പൂവാങ്കുറുന്തൽ ഉപയോഗിക്കാം

ശംഖുപുഷ്പം (CLITORIA TERNATE)

ശംഖുപുഷ്പം

ബുദ്ധിശക്തിയും ഓർമ്മശക്തിയും വർദ്ധിപ്പിക്കാൻ ശംഖുപുഷ്പം സഹായിക്കുന്നു. കുട്ടികൾക്കുണ്ടാകുന്ന ചുമ, ശ്വാസംമുട്ടൽ എന്നിവയ്ക്ക് ഉത്തമമാണിത്. നേത്രരോഗം, ഉന്മാദം, ആമവാതം, ത്വക്ക്രോഗങ്ങൾ, വിഷം, ശരീരവേദന എന്നിവയ്ക്ക് മരുന്നായി ശംഖുപുഷ്പം ഉപയോഗിച്ചു പോരുന്നു.

കൂവളം (AEGLE MARMELOS)

കൂവളം

പൂജാദികർമ്മങ്ങൾക്ക് ഉപയോഗിക്കുന്ന ഔഷധമാണിത്. നീര്,ശരീരം ചുട്ടുപൊള്ളൽ, ഛർദ്ദി, പ്രമേഹം, അതിസാരം എന്നിവയ്ക്ക് പ്രതിവിധിയായി കൂവളമുപയോഗിക്കുന്നു. രക്തശുദ്ധീകരണത്തിന് കൂവളത്തിന്റെ ഇല ഫലപ്രദമാണ്. ചെവിപഴുപ്പ് ഇല്ലാതാക്കാൻ കൂവളമുപയോഗിക്കുന്നു.

കറ്റാർവാഴ (ALOE BARBADENSIS)

കറ്റാർവാഴ

മുടി വളരുന്നതിന് സഹായിക്കുന്ന ഔഷധസസ്യമാണ് കറ്റാർ വാഴ. വയറുവേദന ശമിപ്പിക്കുന്നതിനായി കറ്റാർ വാഴപ്പോളയ്ക്കുള്ളിലെ സ്വരസം ഉപയോഗിക്കാറുണ്ട്. കുഴിനഖം, താരൻ എന്നിവയ്ക്കും പ്രതിവിധിയാണിത്. കൈതയോട് രൂപസാദൃശ്യമുള്ള ഇലയാണ് കറ്റാർവാഴയുടേത്.

അശോകം(SARACA ASOKA)

ത്വക്ക്രോഗങ്ങളെ ശമിപ്പിക്കുന്നു. രക്തശുദ്ധീകരണത്തിന് അശോകം ഉപയോഗിക്കുന്നു. മുഖക്കുരു ശമിപ്പിക്കുന്നതിനും അശോകം ഉത്തമമാണ്.

അശോകം

ജാതി (NARDOSTACHYS JATAMANSI)

ജാതി

ദഹനശക്തിയെ വർദ്ധിപ്പിക്കാനുള്ള കഴിവ് ജാതിക്കുണ്ട്. സുഗന്ധദ്രവ്യങ്ങളിലൊന്നാണിത്. വായ്നാറ്റം അകറ്റുന്നതിനും, വയറുവീർപ്പു കുറയ്ക്കാനും സഹായിക്കുന്നു. ഛർദ്ദി, അതിസാരം, ശരീരവേദന എന്നിവയെ കുറയ്ക്കും. രുചി വർദ്ധിപ്പിക്കാൻ ജാതി സഹായിക്കുന്നു.

കുറുന്തോട്ടി (SIDA RHOMBIFOLIA)

കുറുന്തോട്ടി

ശരീരബലം വർദ്ധിപ്പിക്കാൻ ഉത്തമമാണ് കുറുന്തോട്ടി. കോട്ടുവാതം, പക്ഷാഘാതം എന്നിവയ്ക്കെല്ലാം മരുന്നായി കുറുന്തോട്ടി ഉപയോഗിക്കുന്നു. നാഡീവ്യൂഹത്തിന്റെ ക്രമക്കേട് മാറ്റുന്നു. പ്രമേഹം, രക്തപിത്തം, വാതരോഗങ്ങൾ, ഹൃദ്രോഗം, ക്ഷയം എന്നിവയ്ക്ക് ഔഷധമായി ഉപയോഗിക്കുന്നു. വാർദ്ധക്യത്തെ ചെറുക്കുന്നതിനായി പച്ചകുറുന്തോട്ടി അരച്ച് പാലുംചേർത്ത് പതിവായി ഉപയോഗിക്കാറുണ്ട്.

മുക്കുറ്റി (BIOPHYTUM SENSITIVUM)

മുക്കുറ്റി

പുല്ലുവർഗ്ഗത്തിൽപ്പെട്ട ഔഷധസസ്യമാണ് മുക്കുറ്റി. മുറിവുണക്കുന്നതിനുള്ള ഉത്തമ ഔഷധമാണിത്. ശരീരവേദന,

നീർവീക്കം, രക്തസ്രാവം, അതിസാരം എന്നിവയെ ശമിപ്പിക്കുന്നതിനായി ഉപയോഗിക്കുന്നു.

കുടങ്ങൽ (CENTELLA ASIATICA)

കുട്ടികളിലെ ഓർമ്മശക്തിക്ക് ഔഷധമായി കുടങ്ങൽ ഉപയോഗിക്കുന്നു. കുടങ്ങൽചെടി സമൂലമായിത്തന്നെ (വേരുൾപ്പെടെ) പല മരുന്നുകൾക്കും ഉപയോഗിക്കാറുണ്ട്. കുടങ്ങലിന്റെ ഇല അപ്പമുണ്ടാക്കുന്നതിനായി ഉപയോഗിക്കുന്നു. ചർമ്മരോഗങ്ങളെ തടയുന്നതിനായി കുടങ്ങലിന്റെ ഇല അരച്ച് വെളിച്ചെണ്ണയും ചേർത്ത് ഉപയോഗിക്കുന്നു.

കുടങ്ങൽ

എരുക്ക് (CALOTROPIS GIGANTEA)

എരുക്ക്

മന്ത് രോഗത്തിനുള്ള പ്രതിവിധിയായി എരുക്ക് ഉപയോഗിക്കുന്നു. ഇല, വേര്, കറ, പൂവ് എന്നിവയെല്ലാം മരുന്നിനായി ഉപയോഗിക്കുന്ന സസ്യമാണ് എരുക്ക്. പാമ്പിൻ വിഷത്തിന്റെ കാഠിന്യം കുറയ്ക്കുന്നതിനായി എരുക്ക് ഉപയോഗിക്കുന്നു. ചർമ്മരോഗത്തിനുള്ള ഔഷധമായും ഇതുപയോഗിച്ചു പോരുന്നു.

കറിവേപ്പില (MURRAYA KOENIGGI)

വീട്ടമ്മമാർക്ക് ഒഴിച്ചുകൂടാനാകാത്ത ഒന്നാണ് കറിവേപ്പില കറികൾക്ക് രുചികൂട്ടുന്നതിനായി കറിവേപ്പില ഉപയോഗിക്കുന്നു. രക്തത്തിലെ

കറിവേപ്പില

കൊഴുപ്പിന്റെ അളവ് നിയന്ത്രിക്കാൻ കറിവേപ്പിലയ്ക്ക് കഴിയും.

രാമച്ചം (VETIVERIA ZIZANIOIDES)

ശരീരക്ഷീണമകറ്റുന്നതിനും ദുർഗ്ഗന്ധം ശമിപ്പിക്കുന്നതിനും രാമച്ചം വിശേഷമാണ്. രാമച്ചത്തിന്റെ നാര്, വേര്, തണ്ട് തുടങ്ങിയ എല്ലാ ഭാഗങ്ങൾക്കും ഔഷധമൂല്യമുണ്ട്. രാമച്ചവിശറി പനിനീരിൽ മുക്കി തോഴിയെക്കൊണ്ട് വീശിക്കുന്ന നായികമാരെ നമ്മുടെ കവികൾ അവതരിപ്പിച്ചിട്ടുണ്ട്. രാമച്ചകിടക്കയും പ്രശസ്തമാണ്. രാമച്ചമിട്ട് തിളപ്പിച്ച വെള്ളം ദാഹശമനത്തിന് അത്യുത്തമമാണ്.

രാമച്ചം

ഉമ്മം

ഔഷധശക്തിയും വിഷാംശവും ചേർന്ന ചെടി. ഉമ്മം കൊണ്ട് നിർമ്മിച്ച ഔഷധങ്ങൾ കഴിച്ചാൽ മയക്കമുണ്ടാകും. സംസ്കൃതത്തിൽ ഉന്മത്ത എന്ന് പേരുണ്ട്. ഉന്മത്ത ലോപിച്ചാണ് ഉമ്മം ഉണ്ടായതെന്ന് പറയപ്പെടുന്നു. പേപ്പട്ടിവിഷത്തിനെതിരെ ഔഷധമുണ്ടാക്കാൻ ഉമ്മം ഉപയോഗിക്കുന്നു. ഇല, കായ്, വേര് എന്നിവയാണ് അനുയോജ്യം. പൂവും, കായും കാഴ്ചയ്ക്കു സുന്ദരമാണ്. മുള്ളൻ കായ്ക്കുള്ളിലെ വിത്താണ് പ്രജനനഭാഗം.

ഉമ്മം

ഏകനായകം

പ്രമേഹത്തിന് ഫലപ്രദമാണ് ഏകനായകം. ത്വക്ക്

ഏകനായകം

രോഗത്തിനും ഹൃദയസംബന്ധമായ രോഗചികിത്സയ്ക്കും ഇത് ഉപയോഗിക്കുന്നു. വേരിന്റെ തൊലികൊണ്ട് തിളപ്പിച്ചുണ്ടാക്കുന്ന മരുന്നാണ് ത്വക്ക്രോഗത്തിന് സവിശേഷം. ഇത് ഒരു വള്ളിച്ചെടിയാണ്.

ഗ്രാമ്പൂ

സുഗന്ധവിളയാണ് ഗ്രാമ്പൂ. ഒപ്പം ഔഷധഗുണവും ഇതിനുണ്ട്. ദന്തരോഗങ്ങൾക്കാണ് ഗ്രാമ്പൂ ഔഷധമായി ഉപയോഗിക്കുന്നത്. ഉണങ്ങിയ പൂമൊട്ടാണ് ഔഷധ നിർമ്മാണത്തിന് ഉൾപ്പെടുത്തുക.

ഗ്രാമ്പൂ

6

വാദ്യമേളങ്ങളിലെ വൈവിദ്ധ്യം

പ്രായഭേദങ്ങൾക്കും ഭാഷാവൈവിദ്ധ്യങ്ങൾക്കും കാലദേശങ്ങൾക്കുമപ്പുറം മനുഷ്യമനസ്സിനെ സ്വാധീനിക്കാൻ സംഗീതത്തിന് ശേഷിയുണ്ട് . സംഗീതത്തിന്റെ ആസ്വാദ്യതയ്ക്ക് ഇമ്പമേറ്റുന്ന പ്രധാനഘടകങ്ങൾ സംഗീതോപകരണങ്ങളാണ്. പൗരാണികകാലം മുതൽതന്നെ പരാമർശിക്കപ്പെടുന്ന വാദ്യോപകരണങ്ങൾ നമുക്കുണ്ട്. ആചാര-ആഘോഷങ്ങളുടെയും വ്യത്യസ്ത ചടങ്ങുകളുടെയും ഭാഗമായി നാം നിരവധി വാദ്യോപകരണങ്ങൾ കാണാറുണ്ട്. പാശ്ചാത്യ-പൗരസ്ത്യങ്ങളായ ഏതാനും വാദ്യോപകരണങ്ങളെ ഇവിടെ പരിചയപ്പെടുത്തുന്നു.

1. ഇടയ്ക്ക

ക്ഷേത്രവുമായി ഏറെ ബന്ധമുള്ള വാദ്യോപകരണം. ഉള്ളൂരി കൊണ്ടാണ് ഇടയ്ക്കയുടെ വട്ടമുണ്ടാക്കുന്നത്. ഭാരം കുറഞ്ഞ ചെറിയ കമ്പ് ഇടയ്ക്കയുടെ വട്ടപ്രതലത്തിൽ കൊട്ടിയാണ് ശബ്ദം പുറപ്പെടുവിക്കുന്നത്. ക്ഷേത്രങ്ങളിൽ കൊട്ടിപ്പാടി സേവ ന

ഇടയ്ക്ക

ടത്തുന്നതിനും പഞ്ചവാദ്യത്തിനും അഷ്ടപദി പാടുന്നതിനും ഇടയ്ക്ക കൂടിയേതീരൂ.

2. ഇലത്താളം

ഇലത്താളം

വൃത്താകൃതിയിലുള്ള വാദ്യോപകരണം. വെങ്കലംകൊണ്ടാണ് ഇലത്താളം നിർമ്മിച്ചിരിക്കുന്നത്. ഒരു ഇലത്താളത്തിൽ മറ്റൊന്നു മുട്ടിച്ചാണ് ഇതിൽനിന്നും ശബ്ദം പുറപ്പെടുവിക്കുന്നത്. ഇലത്താളത്തിന്റെ മദ്ധ്യത്തിലൂടെ ചരട് കോർത്തിരിക്കുന്നു. കൈമണിയോട് രൂപസാദൃശ്യമുള്ള ഈ വാദ്യോപകരണം കഥകളി, പഞ്ചവാദ്യം, ചെണ്ടമേളം തുടങ്ങിയവയ്ക്ക് ഉപയോഗിക്കുന്നു.

3. ഉടുക്ക്

തടിയിൽ നിർമ്മിച്ച് ഇരുവശവും ഉടുമ്പിന്റെ തോൽകൊണ്ട് ആവരണം ചെയ്തിട്ടുള്ള വാദ്യോപകരണം. പുരാതന കാലംമുതൽ ഏറെ പ്രശസ്തി ലഭിച്ചിട്ടുള്ള വാദ്യോപകരണമാണിത്. അതിനുള്ള പ്രധാനകാരണം പരമശിവന്റെ ശൂലത്തിൽ

ഉടുക്ക്

ഉടുക്ക് കെട്ടിയിരിക്കുന്നു എന്നതാണ്. ഇരുപത്തിയഞ്ച് മുതൽ മുപ്പത്സെന്റിമീറ്റർവരെ നീളമുണ്ട്. ശാസ്താംപാട്ട്, നാടോടിസംഗീതം തുടങ്ങിയവയ്ക്ക് ഉടുക്ക് ഉപയോഗിക്കുന്നു. ഇടയ്ക്ക, തിമില എന്നിവയോടു രൂപസാദൃശ്യമുള്ള ഈ വാദ്യോപകരണവാദനത്തിന് വലതുകൈവിരലുകളാണ് ആവശ്യം.

4. ഓടക്കുഴൽ

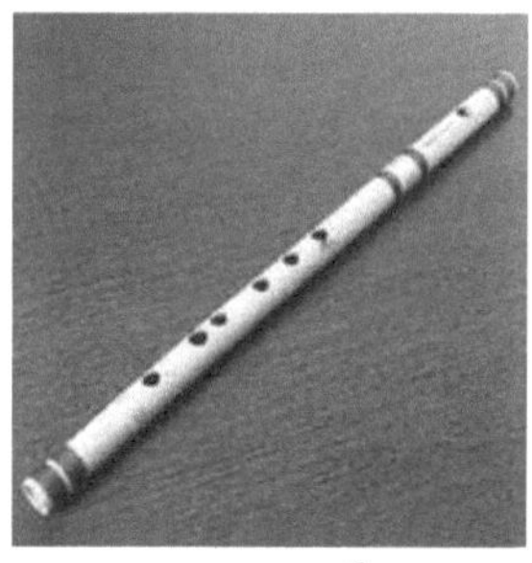
ഓടക്കുഴൽ

ഏറെ ജനപ്രീതിനേടിയ സംഗീത ഉപകരണം. പാഴ്മുളം തണ്ടിൽനിന്ന് ഒഴുകുന്ന പാട്ടിന്റെ പാലാഴി. പ്രാചീനമായ സംഗീതോപകരണമാണ് ഓടക്കുഴൽ. മുളകൊണ്ടും മരംകൊണ്ടും ലോഹങ്ങൾകൊണ്ടും ഇത് നിർമ്മിക്കുന്നു. പുല്ലാങ്കുഴൽ എന്നും അറിയപ്പെടുന്നു. ഉൾഭാഗം പൊള്ളയായ കുഴലിന് 15 ഇഞ്ചുവരെ വലുപ്പമുണ്ടാകും. ഇടത്തേ അറ്റത്തുള്ള വായ്ഭാഗം അടച്ചിരിക്കുന്നു.

5. ഗഞ്ചിറ

ഗഞ്ചിറ

ഭജനകൾക്കും സംഗീതക്കച്ചേരികൾക്കും സാധാരണയായി ഉപയോഗിക്കുന്ന വാദ്യോപകരണമാണ് ഗഞ്ചിറ. പ്ലാവിൻകുറ്റിയിൽ ആടിന്റെയോ ഉടുമ്പിന്റെയോ തോൽ ഉറപ്പിച്ചാണ് ഗഞ്ചിറ നിർമ്മിക്കുന്നത്. തോൽ ചൂടാക്കിയും വെള്ളംതൊട്ട് തിരുമ്മിയും ശ്രുതിഭേദം വരുത്തുന്നു.

6. ചെണ്ട

ചെണ്ട

ആസുരവാദനത്തിന്റെ ശബ്ദപ്രൗഢിയാണ് ചെണ്ട. ക്ഷേത്രവുമായി ബന്ധപ്പെട്ടും ഇതര ആഘോഷപരിപാടികൾക്കും സർവ്വസാധാരണമായി ചെണ്ട ഉപയോഗിക്കുന്നു. കേരളത്തിന്റെ തനതു കലാരൂപമായ കഥകളിയിൽ അനിവാര്യമായ വാദ്യമാണ് ഉരുട്ടു ചെണ്ട. പശു

വിന്റെ തോലും പ്ലാവിന്റെ അല്ലെങ്കിൽ തെങ്ങിന്റെ തടിയോ ആണ് ചെണ്ട നിർമ്മാണത്തിനുപയോഗിക്കുന്നത്. ചെണ്ടയുടെ വശങ്ങൾക്ക് ഇടംതലയെന്നും, വലംതലയെന്നും പറയുന്നു. കൈകളുടെ അതിവേഗമാർന്ന പ്രയോഗമാണ് ചെണ്ടമേളത്തെ ആസ്വാദ്യമാക്കുന്നത്. കഠിനപരിശ്രമത്തിലൂടെ മാത്രമെ ചെണ്ടവായന സ്വായത്തമാക്കാൻ സാധിക്കൂ.

7. ജലതരംഗം

ഇടത്തുനിന്നും വലത്തോട്ട് വലുപ്പം കുറഞ്ഞുവരുന്ന ക്രമത്തിൽ പതിനെട്ട് പോർസലിൻ കപ്പുകൾ നിരത്തിയിരിക്കുന്ന വാദ്യോപകരണമാണിത്. കപ്പുകളിൽ വിവിധ അളവുകളിൽ വെള്ളം നിറച്ചിരിക്കും. ഇതിനെ അർദ്ധവൃത്താകൃതിയിൽ വാദകനുമുന്നിൽ നിരത്തുന്നു. ചെറിയ രണ്ട് മുളക്കഷണങ്ങൾ

ജലതരംഗം

കൊണ്ട് കപ്പുകളിൽ തട്ടിയാണ് ജലതരംഗ നാദമുണർത്തുന്നത്.

8. സാരംഗി

നാല്പതുതന്ത്രികളോടുകൂടിയ സംഗീതോപകരണമാണ്

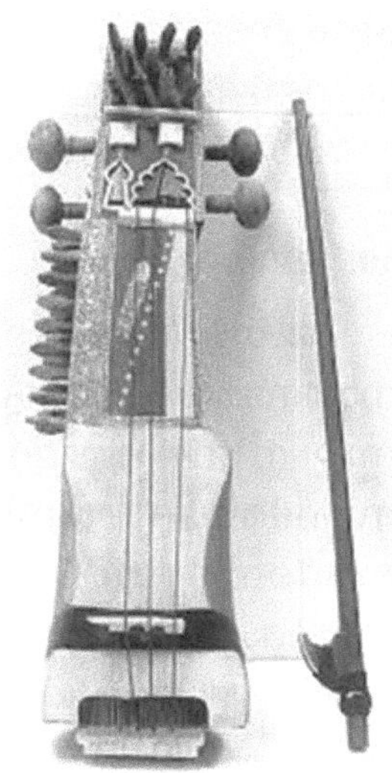
സാരംഗി

സാരംഗി. ആനക്കൊമ്പ് പിടിപ്പിച്ചിരിക്കുന്ന ഈ ഉപകരണം തേക്കിൻതടിയിലാണ് നിർമ്മിച്ചിരിക്കുന്നത്. മുപ്പത്തിയേഴ് ആർദ്രതന്ത്രികളിതിനുണ്ടായിരിക്കും. സാരംഗി കുത്തനെപിടിച്ച് 'ബോ' കൊണ്ടാണ് വായിക്കുന്നത്. ശ്രുതി നിയന്ത്രിക്കുന്നത് ഇടതുവിരലുകൾ തന്ത്രികളിലോടിച്ചാണ്. മനുഷ്യശബ്ദത്തോട് സാദൃശ്യമുള്ള സാരംഗിയാണ് ബോ ഉപയോഗിച്ചു വായിക്കുന്നതിൽ ഏറ്റവും പഴക്കവും പ്രശസ്തവുമായ ഉപകരണം.

9. തംബുരു

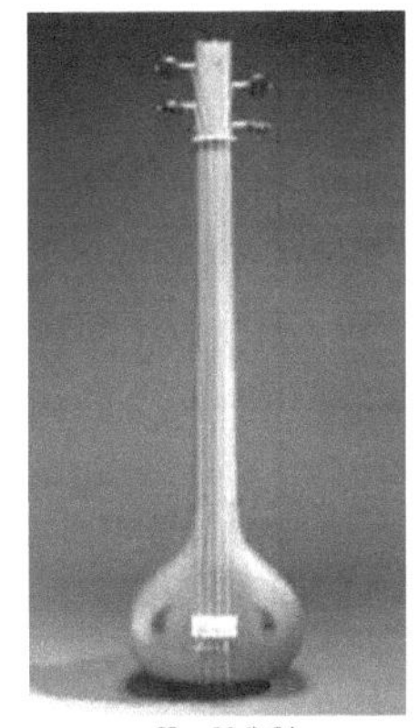
തംബുരു

സംഗീതാലാപനത്തിൽ ശ്രുതിയിടാൻ ഉപയോഗിക്കുന്നു. അകംപൊള്ളയായ ഒരു ദണ്ഡിന്റെ അറ്റത്ത് അർദ്ധഗോളാകൃതിയിലുള്ള ഒരു കുടവും മറ്റേ അറ്റത്ത് നാല് ബരസുകളും മുകളിലും താഴെയുമായി രണ്ട് ബ്രിഡ്ജുകളും, നാല് മണിക്കായകളുമാണ് ഒരു തംബുരുവിനുള്ളത്. ബരസുകളിൽ ചുറ്റിയിരിക്കുന്ന തന്ത്രികൾ അയയ്ക്കുകയും മുറുക്കുകയും ചെയ്താണ് ശ്രുതിനിയന്ത്രിക്കുന്നത്.

9. തിമില

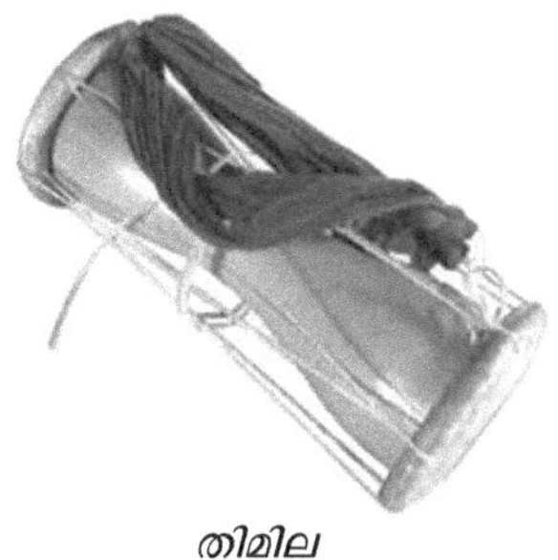
തിമില

ദേവവാദ്യങ്ങളിൽ പരമപ്രധാനമായ വാദ്യമാണ് തിമില. ഏകദേശം രണ്ടടിയോളം നീളമുണ്ട് ഇതിന്. ശ്രീപരമേശ്വരന്റെ കടുംതുടിയുടെ മാതൃകയിൽ ഭക്തനായ ശൂരപത്മാവ് നിർമ്മിച്ചതാണ് തിമിലയെന്ന് ഐതി

ഹ്യം. നടുഭാഗം വീതികുറഞ്ഞും വശങ്ങളിലേക്ക് വീതികൂടിയതുമാണ് ഇതിന്റെ ഘടന. ക്ഷേത്രസംബന്ധിയായ ശ്രീബലി, ശ്രീഭൂതബലി തുടങ്ങിയവയ്ക്ക് തിമില ഉപയോഗിക്കുന്നു.

10. നാഗസ്വരം

നാഗസ്വരം

മംഗളവാദ്യങ്ങളിൽ നാഗസ്വരവും ഉൾപ്പെടുന്നു. നീണ്ട കുഴലുള്ള സുഷിരവാദ്യമാണിത്. ഇതിന്റെ ഒരറ്റം വിസ്താരം കുറഞ്ഞ് കൂർത്തതും മറുവശം കോളാമ്പിപോലെ വിടർന്നതുമാണ്. നാഗോപാസനയ്ക്ക് നാഗന്മാർ ഉപയോഗിച്ചിരുന്നതിനാൽ നാഗസ്വരമെന്നും നാദം പുറപ്പെടുവിക്കുന്നതുകൊണ്ട് നാദസ്വരമെന്നും ഈ വാദ്യത്തിന് പേരുണ്ട്. ഏഴ് മുഖ്യദ്വാരങ്ങളോടും, കീഴ്‌വശത്ത് അഞ്ച് ദ്വാരങ്ങളോടും കൂടിയ ഈ ഉപകരണത്തിന്റെ ഊതുന്നിടത്ത് ശബ്ദമുണ്ടാക്കുന്ന റീഡറുകളുണ്ട്. ഊതുന്നഭാഗമായ ഓരികയിൽ ലോഹത്തകിടിനിടയിൽ ഞാണപ്പുല്ലാണ് വയ്ക്കുന്നത്. ക്ഷേത്രച്ചടങ്ങുകൾക്കും, മംഗളകർമ്മങ്ങൾക്കും ഉപയോഗിക്കുന്ന നാഗസ്വരം മരംകൊണ്ടും ലോഹം കൊണ്ടും നിർമ്മിക്കാം.

11. തബല

രണ്ട് ഡ്രമ്മുകൾ ചേർന്ന യൂണിറ്റാണ് തബല. ഇതിൽ വലുത് തബലയും, മറ്റേത് ഡക്കയുമാണ്. ചെറിയതിൽനിന്ന് ഉയർന്ന ശ്രുതിയും, വലുതിൽനിന്ന് താഴ്ന്ന ശ്രുതിയും പുറപ്പെടുന്നു. ഒരുവശം മൃഗത്തോൽ വലിച്ചുകെട്ടി ചുറ്റും വള്ളികളും

തബല

കട്ടകളും വെച്ചിരിക്കുന്നു. തുകൽ നിർമ്മിതമായ വശത്ത് ഇരുമ്പുപൊടിയോ മാംഗനീസോ ചേർത്തുണ്ടാക്കിയ കറുത്ത പാടു കാണാം. സക്കീർ ഹുസൈൻ, അല്ലാരഖ തുടങ്ങിയവർ ഈ മേഖലയിലെ പ്രമുഖരാണ്.

14. മൃദംഗം

ശാസ്ത്രീയ നൃത്തത്തിനും, സംഗീതത്തിനും അനിവാര്യമായ വാദ്യോപകരണമാണ് മൃദംഗം. ബാരൽ രൂപത്തിലുള്ള ശരീരത്തിന് ഇരുവശവും തോൽ വലിച്ചുകെട്ടിയരീതിയിലാണ് മൃദംഗം. ഒറ്റത്തടികൊണ്ട് നിർമ്മിച്ചിരിക്കുന്ന മൃദംഗത്തിന്റെ വലതുവശം ചെറുതായിരിക്കും. പാലക്കാട് മണി അയ്യർ, ഉമയാൾപുരം ശിവരാമൻ, മാവേലിക്കര കൃഷ്ണൻകുട്ടിനായർ തുടങ്ങിയവർ ഈ മേഖലയിലെ പ്രമുഖരാണ്.

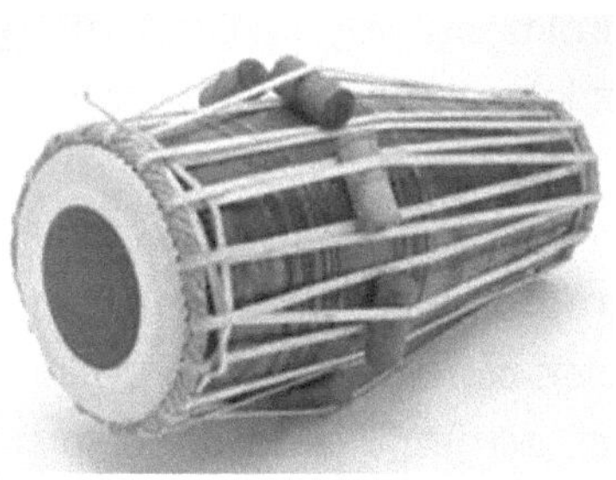

മൃദംഗം

15. ഘടം

മൃദംഗത്തോടൊപ്പം സഹതാളവാദ്യമായി സംഗീതക്കച്ചേരികളിൽ സാധാരണയായി ഉപയോഗിക്കുന്ന വാദ്യോപകരണം. ഏറ്റവും പഴക്കമുള്ള സംഗീതോപകരണമായിതിനെ കരുതുന്നു. കൈവിരലുകളും, കൈയിലെ മണിബന്ധവും ഉപയോഗിച്ചാണ് ഘടം വായിക്കുന്നത്. കളിമണ്ണിൽ ഇരുമ്പ് തരികൾ ചേർത്ത് കുഴച്ച് ചൂളയിൽ ചുട്ടെടുത്താണ് ഘടം നിർമ്മിക്കുന്നത്. മൺകുടത്തിന്റെ രൂപമാതൃക തന്നെയാണിതിനുള്ളത്.

ഘടം

16. മിഴാവ്

മിഴാവ്

കൂത്തമ്പലങ്ങളിലെ പ്രതിഷ്ഠാമൂർത്തിയായി കണക്കാക്കുന്ന വാദ്യോപകരണം. ചീനഭരണിയുടെ ആകൃതിയാണിതിന്. വിരലുകളും കൈത്തലവുമുപയോഗിച്ചാണ് മിഴാവ് കൊട്ടുന്നത്. കൂത്തിനും കൂടിയാട്ടത്തിനുമാണ് മിഴാവ് സാധാരണയായി ഉപയോഗിക്കുന്നത്. പശുക്കുട്ടിയുടെ തോൽകൊണ്ടാണ് മിഴാവിന്റെ വായ്ഭാഗം മൂടിക്കെട്ടിയിരിക്കുന്നത്. മണ്ണിലും ചെമ്പിലും ഇത് നിർമ്മിക്കാം.

17. വീണ

തന്ത്രിവാദ്യങ്ങളുടെ മാതാവ് എന്ന് വിശേഷിപ്പിക്കുന്ന വാദ്യോപകരണം. കർണ്ണാടക സംഗീതത്തിൽ വീണയ്ക്ക് ഏറെ പ്രാധാന്യമുണ്ട്. ഉള്ളുപൊള്ളയായ ദണ്ഡിന്റെ മുകൾഭാഗത്ത് ചെറിയ ഒരു കുടവും താഴെ വലിയ ഒരു കുടവും ഉണ്ട്. ഏഴു തന്ത്രികളും പിച്ചളയാൽ നിർമ്മിച്ച ഫ്രെറ്ററുകളും ശ്രുതി മുറുക്കാനുള്ള കീകളും വീണയിൽ ഉണ്ട്. വായിക്കുന്ന 4 കമ്പികൾ വലിയ കുടത്തിന്റെ പരന്ന മുകൾത്തട്ടിന് മീതെയുള്ള ബ്രിഡ്ജിനുമുകളിൽകൂടി ഘടിപ്പിച്ചിരിക്കുന്നു. താളക്കമ്പികൾ മൂന്നും സൈഡ് ബ്രിഡ്ജിനുമുകളിലൂടെ ആണ് ഉറപ്പിച്ചിട്ടുള്ളത്. പ്ലാവിന്റെ തടിയിലാണ് വീണ നിർമ്മിക്കുന്നത്.

വീണ

വിചിത്രവീണ, ഗായത്രിവീണ, രുദ്രവീണ എന്നിങ്ങനെ വ്യത്യസ്ത ഇനം വീണകളുണ്ട്.

18. സിത്താർ

ഉത്തരേന്ത്യയിൽ ഏറെ പ്രചാരമുള്ള സംഗീതോപകരണം. വീണയോട് രൂപസാദൃശ്യമുണ്ടിതിന്. സിത്താറിൽ പതിമൂന്ന് ആർദ്രതന്ത്രികൾ ഉണ്ട്. ഇവ രാഗത്തിന്റെ നോട്ടുകൾക്കൊപ്പം ട്യൂൺ ചെയ്തിരിക്കുന്നു. ലോഹനിർമ്മിതമായ ഇരുപത് ഫ്രെറ്റുകളുള്ള നീണ്ട കഴുത്തോടുകൂടിയ ഈ ഉപകരണത്തിൽ ആറോ ഏഴോ മുഖ്യതന്ത്രികൾ ഉണ്ടായിരിക്കും. പണ്ഡിറ്റ് ദേമ്പു ചൗധരി, ഉസ്താദ് റയിസ്ഖാൻ, പണ്ഡിറ്റ് രവി ശങ്കർ, ഉസ്താദ് വിലായത്ഖാൻ എന്നിവർ സിത്താർ വായനയിലെ പ്രമുഖരാണ്.

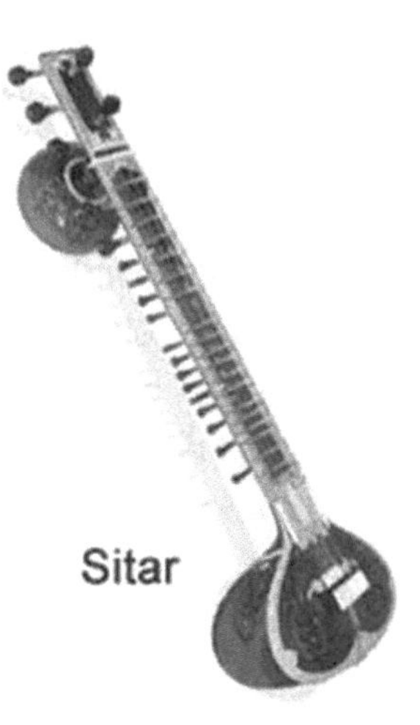
Sitar

19. സരോദ്

അഫ്ഗാനിസ്ഥാനിൽ രൂപംകൊണ്ട സംഗീതോപകരണമാണ് സരോദ്. ത്രികോണാകൃതിയിലുള്ള പ്ലെക്ട്രം കൊണ്ട് തന്ത്രികൾ മീട്ടുമ്പോഴാണ് ഇതിൽനിന്നു നാദം പുറപ്പെടുന്നത്. പതിനഞ്ച് ആർദ്രതന്ത്രികൾ ഉൾപ്പെടെ 25 തന്ത്രികളിതിനുണ്ട്. സ്റ്റീലിൽ നിർമ്മിച്ചിരിക്കുന്ന ഫിങ്കർബോർഡുകൾ ഉള്ള സരോദിന് ഫ്രെറ്റുകളില്ല എന്നൊരു പ്രത്യേകതയുണ്ട്.

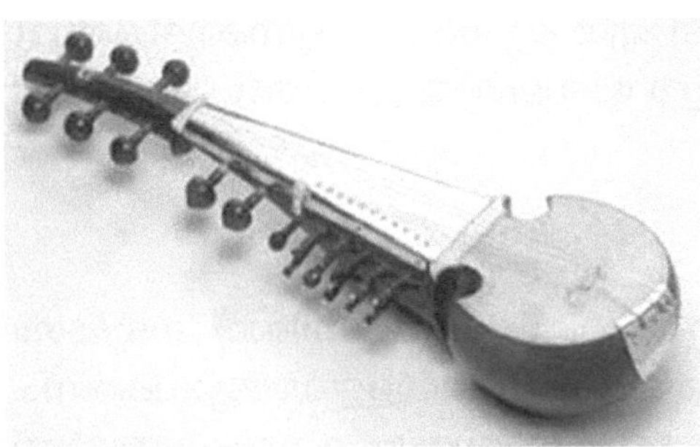
സരോദ്

20. വയലിൻ

വയലിൻ

പാശ്ചാത്യദേശത്ത് ജന്മംകൊണ്ട സംഗീതോപകരണമാണ് വയലിൻ. പാശ്ചാത്യസംഗീതത്തിനെന്ന പോലെതന്നെ കർണ്ണാടകസംഗീതത്തിനും ഒഴിച്ചുകൂടാനാവാത്ത ഉപകരണം. പാശ്ചാത്യ-പൗരസ്ത്യസംഗീതത്തിൽ വായനാരീതി വ്യത്യസ്തമാണ്. പിന്നണിയിൽ ഒതുങ്ങാതെ വയലിന് പ്രാധാന്യം നല്കി കച്ചേരികൾ തന്നെ നടക്കാറുണ്ട്. യന്ത്രത്തിന്റെ സഹായത്തോടെയാണ് വയലിന്റെ മുഖം നിർമ്മിക്കുന്നത്. നേർത്ത മരപ്പലകയാണ് ഇതിന്റെ നിർമ്മാണത്തിന് ഉപയോഗിക്കുന്നത്. മുറുക്കുകമ്പിയും ഉരുക്കുകമ്പിയും ഓരോന്നുവീതവും രണ്ട് ഞരമ്പുകമ്പികളും വയലിനിൽ ഉണ്ട്. വിരൽപ്പലകയിലെ നാല് ബരഡകളിൽ നിന്നാണ് ഇവ പുറപ്പെടുന്നത്. വയലിന്റെ മദ്ധ്യത്തിലായി ബ്രിഡ്ജും ബ്രിഡ്ജിന്റെ ഇരുവശങ്ങളിലുമായി ദ്വാരവുമുണ്ട്. ബോ ഉപയോഗിച്ച് വയലിൻ കമ്പികളിലുരസുമ്പോഴാണ് ഇതിൽ നിന്നും ശബ്ദം പുറപ്പെടുന്നത്. കുതിരമുടിയാൽ നിർമ്മിച്ച വില്ല് മാതൃകയിലുള്ള ഉപകരണമാണ് ബോ. സ്വാതിതിരുനാളിന്റെ കാലത്താണ് കേരളത്തിൽ വയലിൻ ആദ്യം ഉപയോഗിച്ചതെന്ന് കരുതുന്നു. യഹൂദിമെനൂഹിൻ വിശ്വപ്രസിദ്ധ വയലിനിസ്റ്റായിരുന്നു. എൽ സുബ്രഹ്മണ്യൻ, ലാൽഗുഡി ജയരാമൻ, ടി എൻ കൃഷ്ണൻ, കുന്നക്കുടി വൈദ്യനാഥൻ തുടങ്ങിയവർ ഈ മേഖലയിൽ പ്രാഗത്ഭ്യം തെളിയിച്ചവരാണ്.

21. തകിൽ

ഇരുവശങ്ങളും തുകൽകൊണ്ടു പൊതിഞ്ഞ് നടുഭാഗം വീർത്ത്, ഇരുവശവും ഉരുണ്ടാകൃതിയിലുള്ള വാദ്യോപകരണം. വലത്തേഭാഗം വിരൽകൊണ്ടും ഇടതുവശം കമ്പുകൊണ്ടുമാണ്

കൊട്ടുന്നത്. കൈവിരലുകളുടെ അറ്റത്ത് ചുറ്റുകൾ ധരിച്ചാണ് കൊട്ടുന്നത്. വിരലുകൾ പൊട്ടാതിരിക്കാനും, ശബ്ദം വർദ്ധിപ്പിക്കുന്നതിനും ചുറ്റുകൾ സഹായിക്കുന്നു. നാഗസ്വരക്കച്ചേരികൾക്ക് ഇത് ഉപയോഗിക്കുന്നു.

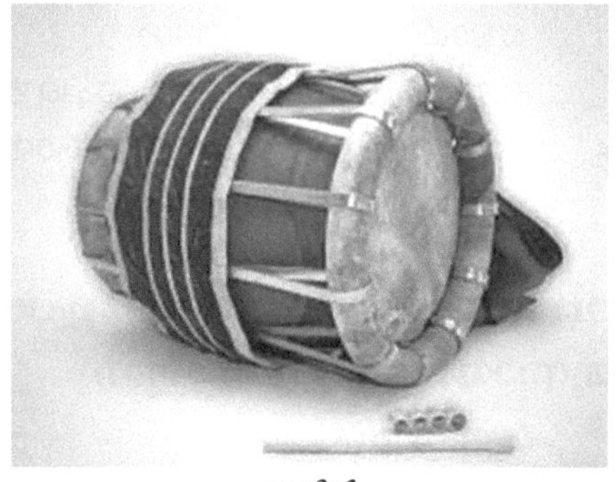

തകിൽ

22. മദ്ദളം

ഒരു ക്ഷേത്രവാദ്യോപകരണം. പ്ലാവിൻ തടിയിൽ നിർമ്മിക്കുന്നു. കാള, പോത്ത് ഇവയുടെ തുകൽകൊണ്ടാണ് മദ്ദളത്തിന്റെ വലംതല, ഇടംതല എന്നിവ യഥാക്രമം ആവരണം ചെയ്തിരിക്കുന്നത്. ഇടംതല നിർമ്മിക്കാൻ എരുമയുടെ തുകലും ഉപയോഗിക്കാറുണ്ട്. വീരമദ്ദളം, തൊപ്പിമദ്ദളം എന്ന് രണ്ടുതരത്തിലുണ്ട്. ശുദ്ധനാദം മുഴക്കുന്നതിന് വീരമദ്ദളവും അടച്ചശബ്ദത്തിന് തൊപ്പിമദ്ദളവും സാധാരണയായി ഉപയോഗിക്കുന്നു. കഥകളിയിൽ മദ്ദളം മുഖ്യമായി ഉപയോഗിക്കുന്നു.

മദ്ദളം

വാദ്യങ്ങൾ നാലുവിധം

1. തതവാദ്യം - തന്ത്രിവാദ്യമാണ് തതവാദ്യം
   ഉദാ: വയലിൻ, വീണ, തംബുരു
2. സുഷിരവാദ്യം - ഓടക്കുഴൽ, നാഗസ്വരം
3. അവനദ്ധവാദ്യം - മൃഗത്തോൽ വലിച്ചുകെട്ടി ശബ്ദമു

ണ്ടാക്കുന്ന വാദ്യങ്ങൾ
ഉദാ : മൃദംഗം, തബല, ചെണ്ട

4. ഘനവാദ്യം - ലോഹം കൊണ്ട് നിർമ്മിക്കുന്നത്.
ഉദാ : ഇലത്താളം

വാദ്യോപകരണങ്ങളുടെ ഉപയോഗമനുസരിച്ച് മൂന്നായി തിരിച്ചിരിക്കുന്നു

1. ഗാനവാദ്യം - വീണ, വയലിൻ, ഓടക്കുഴൽ
2. താളവാദ്യം - തബല, മൃദംഗം, ഗഞ്ചിറ, തകിൽ
3. ശ്രുതിവാദ്യം - തംബുരു, ശ്രുതിപ്പെട്ടി

7

നാടൻകലകളുടെ ജീവതാളം

നമ്മുടെ പ്രാക്തനസംസ്കൃതിയുടെ തിരുശേഷിപ്പുകളാണ് നാടൻകലകൾ. അനുഷ്ഠാനങ്ങൾക്കൊപ്പം ആത്മസമർപ്പണത്തിന്റെ ധന്യതയാണ് നാടൻകലകളുടെ ജീവതാളം. കേരളത്തിന്റെ വിവിധ മേഖലകളിൽ ജന്മംകൊണ്ട ഏതാനും നാടൻകലകളെ ഇവിടെ പരിചയപ്പെടുത്തുന്നു.

ഭക്തിയുടെ തെയ്യക്കോലങ്ങൾ

ഉത്തരകേരളത്തിലെ അനുഷ്ഠാനകലാരൂപമാണ് തെയ്യം. മനുഷ്യനിൽ ദേവതാസങ്കല്പത്തെ കാണുന്ന അപൂർവ്വ കലയാണിത്. ആരാധന, അനുഷ്ഠാനം, സങ്കല്പം എന്നിവയിലെന്നപോലെ രൂപത്തിലും തെയ്യങ്ങൾക്ക് വൈവിദ്ധ്യമുണ്ട്. മുഖത്തെഴുത്തും ഉടുപ്പുകളും മുടിയും പരിശോധിച്ചാൽ രൂപകല്പന വ്യക്തമാകും. വണ്ണാൻ, മലയൻ, മാവിലൻ, ചെറവൻ, ചിങ്കത്താൻ, വേലൻ, മുന്നൂറ്റാൻ, അഞ്ഞൂറ്റാൻ, കോപ്പാളൻ, പുലയൻ, പമ്പത്തർ, പരവർ തുടങ്ങിയ സമുദായക്കാരാണ് തെയ്യം കെട്ടിയാടുന്നത്. കാവുകളിലും തറവാടുകളിലും ആണ്ടുതോറും ഒരു പ്രത്യേക കാലത്ത് തെയ്യം നടത്തുന്നതിനാണ് 'കളിയാട്ടം' എന്നു പറയുന്നത്. വർഷങ്ങളുടെ ഇടവേളയ്ക്കുശേഷം നടത്തുന്ന കളിയാട്ടത്തെ 'പെരുങ്കളിയാട്ടം' എന്നു പറയുന്നു.

തെയ്യം

ഭദ്രകാളിക്കായി പടയണിക്കോലങ്ങൾ

ഭദ്രകാളീക്ഷേത്രങ്ങളിൽ നടത്തുന്ന ഒരു അനുഷ്ഠാനകലയാണ് പടയണി. മദ്ധ്യതിരുവിതാംകൂറിൽ പ്രാചീനമായ ഈ കലാരൂപത്തെ പടേനി എന്നുവിളിക്കാറുണ്ട്. ദാരികനെ വധിച്ചിട്ടും കോപം തീരാതിരുന്ന കാളിയെ ശാന്തയാക്കാൻ ശ്രീ പരമേശ്വരനും ദേവന്മാരും കോലംകെട്ടി തുള്ളിയതിന്റെ സ്മരണയാണ് പടയണി എന്ന് ഐതിഹ്യം. പത്തനംതിട്ട ജില്ലയിലെ വിവിധ സ്ഥലങ്ങളിൽ പടയണി ഉത്സവങ്ങൾ കൊണ്ടാടുന്നു. കടമ്മനിട്ട, ഓതറ, കല്ലൂപ്പാറ, കുന്നന്താനം, പന്തളം, തിരുവല്ല പ്രദേശങ്ങളിലാണ് പടയണി ഉത്സവങ്ങൾ നാടിന്റെ ഉത്സവമായി മാറുന്നത്. ഗണപതിക്കോലം, യക്ഷിക്കോലം, പക്ഷിക്കോലം, കാലൻകോലം, പിശാചുകോലം, മാടൻകോലം, മറുതാക്കോലം, ഭൈരവിക്കോലം, ഗന്ധർവ്വൻകോലം, മുകിലൻകോലം തുടങ്ങിയവയാണ് വിവിധ കോലങ്ങൾ. കാപ്പൊലി, കാച്ചിക്കെട്ട്,

പടയണി

താവടിത്തുള്ളൽ എന്നിങ്ങനെയുള്ള ചടങ്ങുകൾ പടയണിയുടെ ഭാഗമാണ്. പച്ചപ്പാളയിലാണ് (കവുങ്ങിൻ പാള) കോലങ്ങളെഴുതുന്നത്. കരി, ചെങ്കല്ല് എന്നിവകൊണ്ടാണ് കോലമെഴുതാൻ ചായങ്ങൾ ഉണ്ടാക്കുന്നത്. ചില കോലങ്ങൾ തുള്ളാൻ പ്രത്യേക വ്രതാനുഷ്ഠാനങ്ങൾ വേണം. (ഉദാ: കാലൻകോലം). തപ്പാണ് പടയണിയിലെ പ്രധാന വാദ്യം. ചിലപ്പോൾ ചെണ്ടയും കൈമണിയും ഉപയോഗിക്കാറുണ്ട്.

മുടിയേറ്റ്

ഇലത്താളത്തിൽ ഉണരുന്ന മുടിയേറ്റ്

മദ്ധ്യകേരളത്തിൽ അപൂർവ്വമായി നടക്കുന്ന അനുഷ്ഠാനമാണ് മുടിയേറ്റ്. മുടിയെടുപ്പ് എന്നും ഇതിന് പേരുണ്ട്. മരത്തിലോ ലോഹത്തിലോ നിർമ്മിച്ച കാളീരൂപത്തിന് മുടി എന്നു പറയുന്നു. മുടി തലയിലേറ്റിയാണ് കാളിയായി ആടുന്നത്. കുറുപ്പന്മാരാണ് സാധാരണയായി മുടിയേറ്റ് നടത്തുന്നത്. മുടിയേറ്റു പാട്ടുകൾക്ക് പാഠഭേദങ്ങളുണ്ട്. കഥാപാത്രങ്ങളുടെ സംഭാഷണ രൂപത്തിലാണ് മുടിയേറ്റുപാട്ടുകൾ. ഉരുട്ടുചെണ്ട, വീക്കുചെണ്ട, ഇലത്താളം, ചേങ്ങില എന്നിവയാണ് മുടിയേറ്റിനുപയോഗിക്കുന്ന വാദ്യങ്ങൾ.

തിറയാട്ടിന്റെ ഉത്തരകേരളം

ദേവതകളുടെ കോലം കെട്ടിയാടുന്ന ഗ്രാമീണകലയാണ് തിറ. ഉത്തരകേരളത്തിന്റെ സ്വന്തം അനുഷ്ഠാനകല. നൃത്തരൂപത്തിലുള്ള സമർപ്പണമാണ് തിറയാട്ടം. കോഴിക്കോട് ജില്ലയിലാണ് തിറയാട്ടത്തിന് കൂടുതൽ പ്രചാരം. സാമൂതിരിയുടെ ഭരണാധികാരസ്ഥലങ്ങളിലാണ് തിറയാട്ടം സാധാരണയായി നടക്കാറുള്ളത്. പെരുമണ്ണാൻ, മുന്നൂറ്റാൻ, പാണൻ, അഞ്ഞൂറ്റാൻ, കളനാടി തുടങ്ങിയ സമുദായക്കാരാണ് തിറയാട്ടം നടത്തുന്നത്. താളാത്മകമാണ് തിറയാട്ടം. തുടി, ചെണ്ട, ഇലത്താളം തുടങ്ങിയ വാദ്യങ്ങൾ തിറയാട്ടത്തിലുപയോഗിക്കുന്നു. വസൂരിമാല, നാഗക്കാളി, കൊടുങ്കാളി, കരിങ്കാളി, വേട്ടയ്ക്കൊരുമകൻ എന്നിങ്ങനെ നിരവധി തിറകളുണ്ട്.

തിറയാട്ട്

തിരുവാതിരകളി

കന്യകമാർ സൽഭർത്തൃലബ്ധിക്കും സുമംഗലികൾ ഭർത്തൃസൗഖ്യത്തിനും വേണ്ടി വ്രതാനുഷ്ഠാനത്തോടെ നടത്തുന്ന കലയാണ് തിരുവാതിരകളി. ധനുമാസത്തിലെ

തിരുവാതിര

തിരുവാതിരയാണ് എറെ പ്രസിദ്ധം. ഇതുമായി ബന്ധപ്പെട്ട് വ്യത്യസ്ത വിശ്വാസങ്ങൾ നിലവിലുണ്ട്. പാർവ്വതീ പരമേശ്വരന്മാരുമായി ബന്ധപ്പെട്ട ഐതിഹ്യമാണ് ഇതിൽ മുഖ്യം. ധനുമാസത്തിലെ തിരുവാതിര വനിതകൾക്ക് വ്രതദിനമാണ്. ഗംഗയുണർത്തൽ, കുളം, തുടിക്കൽ എന്നീ ചടങ്ങുകൾ തിരുവാതിരകളിയുടെ ഭാഗമാണ്. അന്നത്തെ മറ്റൊരു മുഖ്യചടങ്ങാണ് 'പാതിരാപ്പൂചൂടൽ'.

ദേവിപ്രീതിക്കായി കുത്തിയോട്ടം

ദേവിപ്രീതിക്കായി നടത്താറുള്ള അനുഷ്ഠാന കലാരൂപമാണ് കുത്തിയോട്ടം. ദക്ഷിണ കേരളത്തിലെ ദേവീക്ഷേത്ര

കുത്തിയോട്ടം

ങ്ങളിൽ ഉത്സവത്തോടനുബന്ധിച്ചാണ് ഇതു നടത്തുക. ദേവിക്ക് കുരുതി നല്കുന്നു എന്ന സങ്കല്പത്തിൽ ബാലന്മാരാണ് ചൂരൽ മുറിയുക. തലയിൽ കിരീടവും പലവർണ്ണങ്ങളും നിറയെ ആഭരണങ്ങളുമണിഞ്ഞ് താലപ്പൊലി, കുരവ, വാദ്യമേളങ്ങൾ എന്നിവയുടെ അകമ്പടിയോടെ ബാലന്മാരെ ക്ഷേത്രത്തിലേക്ക് കൊണ്ടുപോകുന്നു. തുടർന്ന് ഇവരെ ചുവടുകൾ പരിശീലിപ്പിക്കുന്നു. മാവേലിക്കര ചെട്ടികുളങ്ങര ദേവീക്ഷേത്രത്തിലെ കുംഭഭരണി കുത്തിയോട്ടമാണ് പ്രസിദ്ധം. ഭദ്രകാളിയെ സംബന്ധിക്കുന്ന പാട്ടുകളാണ് കുത്തിയോട്ടത്തിൽ കൂടുതലായി ഉപയോഗിക്കുന്നത്.

മുടിയാട്ടം

പുലയർ, സാംബവർ, വേട്ടുവർ, ഉള്ളാടർ തുടങ്ങിയ സമുദായക്കാരുടെ കലാരൂപം തലയാട്ടമെന്നും അറിയപ്പെടുന്നു. മദ്ദളം, പറ, മരം, കരു, കൊക്കരോ എന്നിവയാണ് പിന്നണി വാദ്യങ്ങൾ. താളമേളത്തിനും പാട്ടിനുമനുസരിച്ച് നർത്തകികൾ കഴുത്തിന്റെ മുകൾഭാഗം പമ്പരംപോലെ ചലിപ്പിച്ചും തലമുടി ചുഴറ്റിയും നൃത്തം ചെയ്യുന്നു. പാട്ടും വാദ്യവും പുരുഷന്മാരാണ് കൈകാര്യം ചെയ്യുന്നത്. നീലയാട്ടം എന്നാണ് മലബാർ പ്രദേശത്ത് അറിയപ്പെടുന്നത്.

കാക്കാരശ്ശി നാടകം

നൃത്തം, അഭിനയം, സംഗീതം എന്നിവയുടെ സമ്മേളനമാണ് കാക്കാരശ്ശി നാടകം. തിരുവനന്തപുരം ജില്ലയിലാണ് പ്രധാനമായും ഈ ഗ്രാമീണകല അരങ്ങേറുന്നത്. കാക്കാല നാടകം, കാക്കാലിച്ചി നാടകം, കാക്കാരുകളി എന്നീ പേരുകളിലും ഈ കല അറിയപ്പെടുന്നു. ശിവപാർവ്വതിമാർ കുറവനും കുറത്തിയുമായി ഭൂമിയിൽ സഞ്ചരിച്ചുവെന്ന വിശ്വാസമാണ് കാക്കാരശ്ശി നാടകത്തിന്റെ പശ്ചാത്തലം. മൃദംഗം, ഇലത്താളം, ഹാർമ്മോണിയം, ഗഞ്ചിറ തുടങ്ങിയ വാദ്യോപകരണങ്ങൾ ഇതിലുപയോഗിക്കുന്നു. തമ്പ്രാന്റെ ചോദ്യത്തിന് കാക്കാലൻ നല്കുന്ന മറുപടിയിലൂടെയാണ് കഥാവിഷ്കാരം നടക്കുന്നത്.

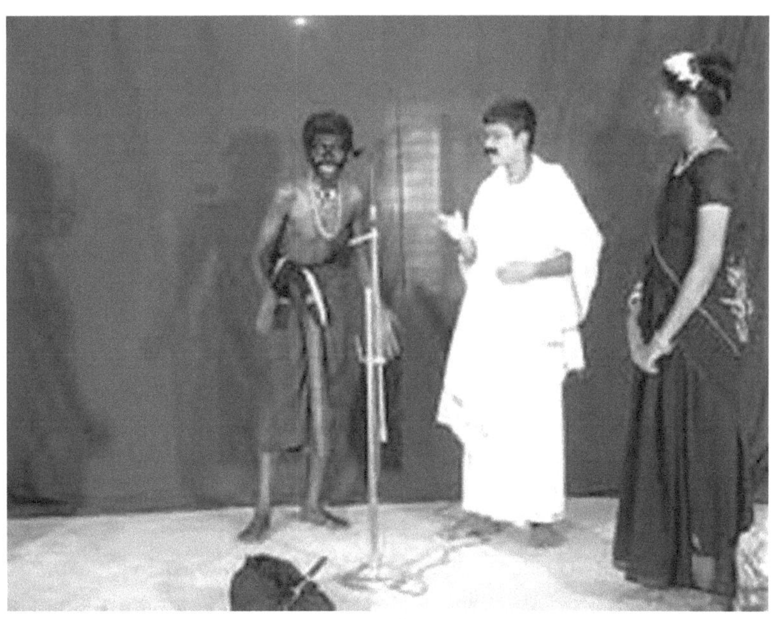

കാക്കാരശ്ശി നാടകം

സമൂഹത്തിലെ കൊള്ളരുതായ്മകളെ പരിഹസിക്കുക എന്ന ലക്ഷ്യവും ഈ കലയ്ക്കു പിന്നിലുണ്ട്.

8

നടനകാന്തിയുടെ വിസ്മയലോകം

ഏതൊരു നാടിന്റെയും സംസ്കാരത്തെ രൂപപ്പെടുത്തുന്നതിൽ കലകൾക്കുള്ള പങ്ക് വളരെ വലുതാണ്. അതുകൊണ്ടു തന്നെ ഓരോ പ്രദേശത്തിന്റെയും സാമൂഹികവും സാംസ്കാരികവുമായ പ്രത്യേകതകൾ അവിടെ ഉടലെടുക്കുന്ന കലാരൂപങ്ങളിൽ പ്രകടവുമാണ്. നടനരൂപങ്ങളിലും ഇത് പ്രതിഫലിക്കുന്നു. ചുവടുവയ്പിലും വേഷഭൂഷാദികളിലും പാട്ടിലും വൈവിദ്ധ്യം പ്രകടിപ്പിക്കുന്ന ഏതാനും നൃത്തരൂപങ്ങളെ പരിചയപ്പെടാം.

കഥക്

ഉത്തരേന്ത്യയിൽ പ്രചാരത്തിലിരിക്കുന്ന ഒരു ശാസ്ത്രീയ നൃത്തമാണ് കഥക്. പഴയ കാലത്ത് ക്ഷേത്രങ്ങളിൽ നൃത്തം ചെയ്തുവന്നിരുന്ന ദേവദാസികളുടെ പരമ്പരയാണ് കഥക് അവതരിപ്പിക്കുന്നത്. എ ഡി ആറ്, ഏഴ് നൂറ്റാണ്ടുകൾക്കിടയിലാണ് ഉത്തരേന്ത്യയിൽ കഥക് പ്രചരിച്ചുതുടങ്ങിയത്. കഥ

കഥക്

നങ്ങൾ പ്രപഞ്ചനം ചെയ്യുന്നവരെ കഥക്കുകൾ എന്നു വിളിക്കുന്നു. കഥക് ചെയ്യുന്ന നൃത്തമായതിനാലാണ് ഈ കലാരൂപത്തിന് കഥക് നൃത്തമെന്നു പേരുവന്നത്. നൃത്തം, നൃത്യം, നാട്യം എന്നീ ക്രമത്തിലാണ് കഥക് നൃത്തത്തിന്റെ അവതരണം. കഥക്കിൽ പ്രധാനമായി വിഘ്നേശ്വരവന്ദനം, ആമദ്, ഥാട്, സംഗീത്, നട്വരി, പരമേലു, പരൺ, തരനാ എന്നീ നൃത്തരൂപങ്ങൾ അവതരിപ്പിക്കപ്പെടുന്നു. ഈ നൃത്തത്തിന്റെ പല ഭാഗങ്ങൾക്കും ഭരതനാട്യത്തിനോടും കഥകളിയോടും സാദൃശ്യമുണ്ട്. *നാട്യശാസ്ത്രം, അഭിനയദർപ്പണം* എന്നീ ഗ്രന്ഥങ്ങളാണ് കഥക് നൃത്തത്തിനാധാരം. ഹിന്ദുസ്ഥാനി സംഗീതരീതിയിലാണ് ഗാനാലാപനം. ദേഹത്തോടു ചേർന്നുകിടക്കുന്ന പൈജാമയും അതിനു മുകളിൽ വിസ്താരമേറിയതും വിരിവുള്ളതുമായ, മുട്ടുവരെകിടക്കുന്ന കമ്മീസുമാണ് വേഷം. നർത്തകികൾ മുടി രണ്ടുവശത്തേക്കുമായി പിന്നിയിട്ട് ശിരോവസ്ത്രവും ധരിക്കുന്നു. ചിലങ്കയടക്കമുള്ള എല്ലാ ആഭരണങ്ങളും നർത്തകർ അണിയുന്നു. ഷെർവാണിയോ, പട്ടോ ആണ് പുരുഷ നർത്തകരുടെ വേഷം. സുഖ്ദേവ് മഹാരാജ്, ബ്രിജു മഹാരാജ്, ഗുരുനാരായൺ ദമയന്തി, സിത്താരദേവി തുടങ്ങിയവരെല്ലാം ഈ രംഗത്തെ പ്രഗത്ഭരാണ്.

കഥകളി

കേരളം ലോകത്തിനു സമർപ്പിച്ച ഉദാത്ത കലാരൂപമാണ് കഥകളി. ഏറ്റവും ശ്രേഷ്ഠമായ കലാരൂപങ്ങളിലൊന്നായി കഥകളിയെ പരിഗണിക്കുന്നു. ഗാനനൃത്തവാദ്യങ്ങൾ ചേർന്ന കഥാവതരണമെന്നാണ് കഥകളിയെ വിളിക്കുന്നത്. കൊട്ടാരക്കര തമ്പുരാനാണ് കഥകളിക്ക് തുടക്കമിട്ടത്. ഗുരുവായൂരിൽ അക്കാലത്ത് അവതരിപ്പിച്ചിരുന്ന കൃഷ്ണനാട്ടം തിരുവിതാംകൂറിൽ അരങ്ങേറുവാനായി കൊട്ടാരക്കര തമ്പുരാൻ ക്ഷണിച്ചു. എന്നാൽ സാമൂതിരി ഈ ക്ഷണം നിരസിച്ചതിനുള്ള മറുപടിയായി അദ്ദേഹം രാമനാട്ടം എന്ന പുതിയ നടനകഥനകലാരൂപം അവതരിപ്പിച്ചു എന്നും ഈ രാമനാട്ടമാണ് പിന്നീട് കഥകളിയായി മാറിയതെന്നും വിശ്വസിക്കുന്നു. കേരളത്തിൽ നിലനില്ക്കുന്ന ക്ലാസിക്കൽ-നാടൻ കലകളുടെ അംശങ്ങളെ കഥകളിയിൽ സമന്വയിപ്പിച്ചിട്ടുണ്ട്. കൂത്ത്, കൂടിയാട്ടം, പടയണി, തെയ്യം എന്നിവയുടെ

കഥകളി

യെല്ലാം സ്വാധീനം കഥകളിക്കുണ്ട്. കോട്ടയത്തു തമ്പുരാന്റെ കാലത്തോടെയാണ് രാമനാട്ടം കഥകളി എന്ന പേരിൽ പ്രസിദ്ധമായത്. വേഷവൈവിദ്ധ്യവും സാഹിത്യഗരിമയും അഭ്യാസപാടവവുമാണ് കഥകളിയെ ഏറ്റവും ശ്രേഷ്ഠമാക്കുന്നത്. പച്ച, കത്തി, താടി, മിനുക്ക്, കരി എന്നിങ്ങനെ കഥകളിയിലെ വേഷവൈചിത്രത്തെ വിഭജിച്ചിരിക്കുന്നു. ഹസ്തമുദ്രകളാണ് ആശയവിനിമയത്തിനുള്ള ഭാഷ. ഇത്തരം മുദ്രഭാഷയുടെ ആധാരം ഹസ്തലക്ഷണദീപികയാണ്. നാട്യധർമ്മി, ലോകധർമ്മി എന്നിങ്ങനെ 2 തരത്തിലുള്ള അഭിനയ രീതികളും കഥകളിയിൽ കാണാം. പ്രധാനം നാട്യധർമ്മിക്കുതന്നെ. ആംഗികം, വാചികം, സാത്വികം, ആഹാര്യം എന്നിങ്ങനെ കഥകളിയിലെ അഭിനയം 4 വിധം. ശിരസ്സ്, കഴുത്ത്, കൈ, പുരികം, നാസിക തുടങ്ങിയ അംഗങ്ങൾകൊണ്ടുള്ള അഭിനയം ആംഗികം; സംഭാഷണത്തിനുപയോഗിക്കുന്നത് വാചികം; കിരീടം, കുണ്ഡലം, ഹാരം എന്നിവ ഉപയോഗിച്ചുള്ളത് ആഹാര്യം; സ്തംഭം, സ്വേദം തുടങ്ങിയുള്ള വിവിധ മാനസിക ഭാവങ്ങൾക്ക് സാത്വികം എന്നു പേർ. *നാട്യശാസ്ത്രം, അഭിനയദർപ്പണം, ബാലരാമഭാരതം* മുതലായ ശാസ്ത്രഗ്രന്ഥങ്ങളിൽ പ്രതിപാദിച്ചിട്ടുള്ള പല മുദ്രകൈകളും കഥകളിയിൽ കലർന്നുവന്നിട്ടുണ്ട്.

പച്ച

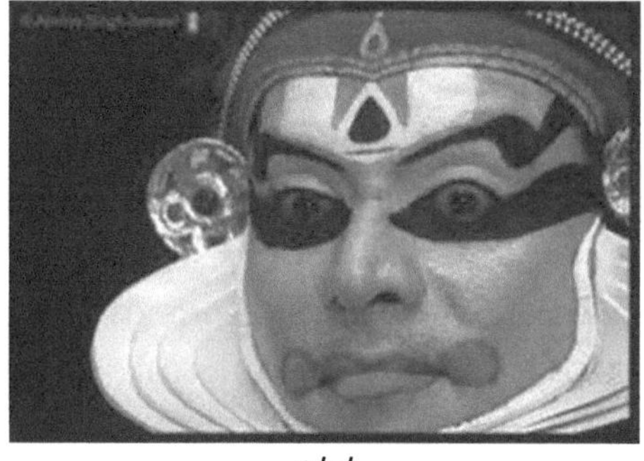
പച്ച

കഥകളിയിൽ പച്ച വേഷങ്ങൾ സ്വത്വഗുണ പ്രധാനമാണ്. സൽസ്വ ഭാവികളെ പ്രതിനിധീക രിക്കുന്നു. അർജ്ജു നൻ, ഭീമസേനൻ, നളൻ, ദക്ഷൻ തുടങ്ങിയ ധീരോദാത്തകഥാപാത്ര ങ്ങൾ പച്ചവേഷങ്ങളിൽപ്പെടുന്നു.

കത്തി

രജോഗുണപ്രധാനമാണ് കത്തി വേഷങ്ങൾ. നെടുംകത്തി

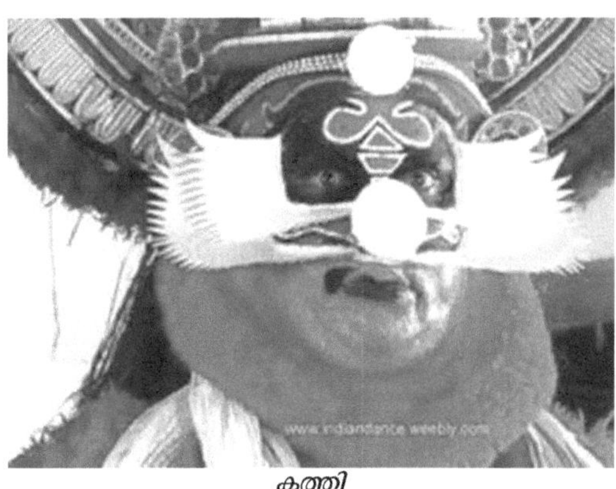

കത്തി

യെന്നും, കുറും കത്തിയെന്നും കത്തി വേഷ ങ്ങൾ രണ്ടുവിഭാഗ ത്തിൽപ്പെടുന്നു. മൂക്കിന് ഇരുവശവു മായി വാൾത്തലപ്പു പോലെ കൺതട ങ്ങളുടെ താഴെ അഗ്രഭാഗം വളച്ചു വരയ്ക്കുന്നതാണ് കത്തിവേഷത്തിന്റെ പ്രത്യേകത. ചുട്ടിപ്പൂവും ദംഷ്ട്രകളും കത്തി യുടെ പ്രത്യേകത തന്നെ. ദുര്യോധനൻ, കീചകൻ, രാവണൻ, നരകാസുരൻ തുടങ്ങിയ കഥാപാത്രങ്ങൾ കത്തിവേഷത്തിൽ ഉൾപ്പെടുന്നു.

കരി

കറുപ്പുനിറത്തിലുള്ള മുഖത്തേപ്പും ആടകളോടും കൂടിയ വേഷമാണ് കരി. ക്രൂരസ്വഭാവക്കാരായ ഈ കഥാപാത്രങ്ങൾ

കരി

തമോഗുണപ്രധാനികളായിരിക്കുന്നു. പറ പോലെയുള്ള കരിമുടിയാണ് ഇവരുടെ പ്രത്യേകത. ആൺകരി, പെൺകരി എന്ന് രണ്ടുവിഭാഗം ഇതിനുണ്ട്. നളചരിതം, കിരാതം എന്നിവയിലെ കാട്ടാളൻ ആൺകരിവിഭാഗത്തിൽപ്പെടുന്നു. ശൂർപ്പണഖ, പൂതന, ഹിഡിംബി എന്നിവ പെൺകരി വിഭാഗത്തിലാണ്.

താടി

ചുവന്നതാടി, വെള്ളത്താടി, കറുത്ത താടി എന്നിങ്ങനെ താടിവേഷം പല വിധമുണ്ട്. തമോഗുണ പ്രധാനികളാണ് ചുവന്നതാടി വേഷങ്ങൾ. സ്വത്വഗുണപ്രധാനികളാണ് വെള്ളത്താടിക്കാർ. ചുവന്നതാടിയുടേത് പോലുള്ള ചുട്ടിയും, ബാക്കിയെല്ലാം കറുപ്പിന്റേതുമായുള്ളതാണ് കറുത്ത താടി. തലയിൽ അണിയുന്ന കിരീടംവരെ കറുപ്പുനിറത്തിലുള്ള നളചരിതത്തിലെ കലി ഇതിനുദാഹരണമാണ്.

താടി

മിനുക്ക്

സ്ത്രീവേഷങ്ങളും, മഹർഷിമാരും മിനുക്കുവേഷങ്ങളിൽപ്പെടുന്നു. ഇളംചുവപ്പും മഞ്ഞയും കലർന്ന മനയോല തേച്ച് മുഖംമിനുക്കുന്നതുകൊണ്ടാണ് ഈ പേരുണ്ടായത്. ദുർവ്വാസാവ്, ശുക്രൻ, പരശുരാമൻ, വിശ്വാമിത്രൻ തുടങ്ങിയ കഥാപാത്രങ്ങൾ

മിനുക്ക്

ഉദാഹരണം. കേളികൊട്ട്, അരങ്ങുകേളി, തോടയം, വന്ദനശ്ലോകങ്ങൾ, പുറപ്പാട്, മേളപ്പദം എന്നിവ കഥകളിക്കു മുമ്പുള്ള ചടങ്ങുകളാണ്. നളചരിതം, കല്യാണസൗഗന്ധികം, കിർമ്മീരവധം, ഉത്തരാസ്വയംവരം, ദക്ഷയാഗം, രാവണവിജയം തുടങ്ങിയവയെല്ലാം ശ്രദ്ധേയങ്ങളായ ആട്ടക്കഥകളാണ്.

കുച്ചിപ്പുഡി

ആന്ധ്രാപ്രദേശിലെ കൃഷ്ണ ജില്ലയിൽ സ്ഥിതിചെയ്യുന്ന കുച്ചിപ്പുഡി എന്ന ഗ്രാമത്തിൽ രൂപം കൊണ്ട നൃത്തരൂപമാണ് കുച്ചിപ്പുഡി. നാടോടിനൃത്തത്തിന്റെയും ക്ലാസിക്കൽ നൃത്തത്തിന്റെയും സമ്മിശ്രരൂപമാണ് കുച്ചിപ്പുഡി. ആന്ധ്രയിലെ ഒരു തെലുങ്കു ബ്രാഹ്മണനാണ് കുച്ചിപ്പുഡി നൃത്തത്തിന്റെ ഉപജ്ഞാതാവ്. ഇദ്ദേഹത്തിനു കൃഷ്ണദർശനം ലഭിക്കുകയും അതിനെതുടർന്ന് പാരിജാതാപഹരണം എന്ന കഥയെ ആധാരമാക്കി ഒരു നൃത്തനാടകം രചിക്കുകയും ചെയ്തു എന്ന് ഐതിഹ്യം.

കുച്ചിപ്പുഡി

നൃത്തം, നൃത്യം, നാട്യം എന്നിവയുടെ സമ്മിശ്രണമാണ് കുച്ചിപ്പുഡി. വെള്ളം നിറച്ച ചെറുകുടം തലയിൽവച്ച് പിച്ചള തളികയിൽ ചവിട്ടിനിന്നുകൊണ്ടുള്ള ചുവടുകൾ ഇതിലുണ്ട്. അഭിനയപ്രധാനങ്ങളായ പദങ്ങൾ, ശബ്ദങ്ങൾ എന്നിവ കുച്ചിപ്പുഡിയിലെ പ്രധാനയിനങ്ങളാണ്. *ഗീതാഗോവിന്ദ*ത്തിലെ അഷ്ടപദി ആലാപനത്തോടെയാണ് കുച്ചിപ്പുഡി നൃത്തം ആരംഭിക്കുന്നത്. പുരുഷന്മാരാണ് ആദ്യകാലങ്ങളിൽ ഈ നൃത്തം അവതരിപ്പിച്ചിരുന്നത്. എന്നാൽ ഇന്ന് സ്ത്രീകൾ ഈ രംഗത്ത് സജീവമാണ്. കർണ്ണാടകസംഗീതമാണ് കുച്ചിപ്പുഡി നൃത്തത്തിന്റെ

സംഗീതസംവിധാനത്തിന് ഉപയോഗിക്കുന്നത്. ലക്ഷ്മീനാരായണ ശാസ്ത്രി, വേദാന്തം ചിന്നസത്യനാരായണ, യാമിനികൃഷ്ണമൂർത്തി എന്നിവർ പ്രസിദ്ധ കുച്ചിപ്പുഡി നർത്തകരാണ്.

മോഹിനിയാട്ടം

കേരളത്തിന്റെ പുരാതന നൃത്തകലയാണ് മോഹിനിയാട്ടം. ക്ഷേത്രങ്ങളിൽ പണ്ടുകാലത്ത് ദേവപ്രീതിക്കായി ദേവദാസികൾ നൃത്തം ചെയ്തിരുന്നു. ദേവദാസികൾ ചെയ്ത ദാസീനൃത്തമാണ് പിന്നീട് മോഹിനിയാട്ടമായി പരിണമിച്ചത്. തികച്ചും കേരളത്തിന്റേതെന്ന് അവകാശപ്പെടാവുന്ന കലാരൂപമാണിത്. സ്വാതിതിരുനാൾ മഹാരാജാവും കാർത്തികതിരുനാൾ മഹാരാജാവും മോഹിനിയാട്ടത്തിന്റെ വളർച്ചയ്ക്ക് അത്യന്തം ശ്രമിച്ചു. ചിരാഭ്യാസം നേടിയ നർത്തകിമാർ തുറസ്സായ രംഗവേദിയിൽ പശ്ചാത്തലസംഗീതത്തിനനുസരിച്ച് ചെയ്യുന്ന നൃത്തമായിരുന്നു മോഹിനിയാട്ടം. ഒരുവിധത്തിലുമുള്ള പ്രോത്സാഹനം ലഭിക്കാതെ ലുപ്ത പ്രചാരമായ ഈ കലാരൂപത്തെ ഇന്നത്തെ നിലയിലേക്ക് ഉയർത്തിയത് മഹാകവി വള്ളത്തോളാണ്. അദ്ദേഹത്തിന്റെ സംരക്ഷണത്തിലുള്ള കേരള കലാമണ്ഡലം ഇത്തരം കലകളുടെ വളർച്ചയ്ക്ക് വഴി ഒരുക്കി. ഭരതമുനിയുടെ നാട്യശാസ്ത്രം ചിട്ടപ്പെടുത്തിയ ശൃംഗാര, കരുണ പ്രധാനമായ ഒരു നൃത്തരൂപമാണിത്. സ്വാതി തിരുനാളും അദ്ദേഹത്തിന്റെ സദസ്യനായിരുന്ന ഇരയിമ്മൻ തമ്പിയും രചിച്ച പദങ്ങളാണ് മോഹിനിയാട്ടത്തിനുപയോഗിക്കുന്നത്. ചെറിയ ബ്ലൗസ്,

മോഹിനിയാട്ടം

നേർത്തതും സ്വർണ്ണക്കരയുള്ളതുമായ സാരി, നാഗഫണ മുടിക്കെട്ട് ഇവയാണ് നർത്തകിയുടെ വേഷം. സ്വാതിതിരുനാളാണ് ആകർഷകവും, ലളിതവുമായ ആ വേഷവിധാനം ഏർപ്പെടുത്തിയത്. ശൃംഗാരവും ഭക്തിയുമാണ് ഭാവങ്ങളിൽ പ്രധാനം. ചൊൽക്കെട്ട്, വർണ്ണം, പദം, സ്വരം എന്നിവ ഉൾപ്പെട്ട മന്ദഗതിയിലുള്ള ലാസ്യനൃത്തമാണിത്. ചിന്നമ്പു അമ്മ, കലാമണ്ഡലം കല്യാണിക്കുട്ടി അമ്മ, കലാമണ്ഡലം ക്ഷേമാവതി തുടങ്ങിയവർ ഈ രംഗത്തെ പ്രശസ്ത കലാകാരികളാണ്.

5. ഭരതനാട്യം

ഇന്ത്യയിലെ പ്രധാനനൃത്തരൂപമാണ് ഭരതനാട്യം. തമിഴ്നാട്ടിൽ രൂപംകൊണ്ട ഈ കല ഹൈന്ദവ പുരാണങ്ങളുമായി ബന്ധപ്പെട്ട വിഷയങ്ങൾ അവതരിപ്പിക്കുന്നു. ഭരതമുനിയുടെ നാട്യശാസ്ത്രത്തെ അധികരിച്ചാണ് ഭരതനാട്യം ചിട്ടപ്പെടുത്തിയിരിക്കുന്നത്. സ്ത്രീയും പുരുഷനും അവതരിപ്പിക്കുന്ന നൃത്തരൂപമാണ് ഭരതനാട്യം. ചുവടുകൾക്ക് പ്രാധാന്യമുള്ള നൃത്തരൂപം. ചോളന്മാരുടേയും പല്ലവന്മാരുടേതും ഭരതനാട്യത്തിന്റെ പുഷ്കല കാലമായിരുന്നു. ദേവദാസികളായിരുന്നു നർത്തകികൾ. സദിരാട്ടത്തിൽനിന്ന് ഭരതനാട്യമാക്കി നൃത്തരൂപമാക്കുന്നതിൽ ചിന്നയ്യ-വടിവേലുസഹോദരന്മാർക്ക് വലിയപങ്കുണ്ട്. യാമിനി കൃഷ്ണമൂർത്തി, ബാലസരസ്വതി, മൃണാളിനി സാരാഭായി, വൈജയന്തിമാല, ചിത്രാവിശ്വേശ്വരൻ എന്നിവർ ഭരതനാട്യത്തെ വിശ്വപ്രസിദ്ധമാക്കി.

ഭരതനാട്യം

ഒഡീസി

ഒഡീസി

ഒറീസ്സയിലെ ദേശീയ നൃത്തമാണ് ഒഡീസി. ഗീതാഗോവിന്ദത്തെയും പഞ്ചകന്യകയെയും അടിസ്ഥാനപ്പെടുത്തിയാണ് ഇത് സംവിധാനംചെയ്യുന്നത്. ക്ഷേത്രമതിലുകൾക്കുള്ളിലാണ് പ്രധാനമായും ഈ കലാരൂപം അരങ്ങേറിയത്. അഹല്യ, ദ്രൗപദി, താര, കുന്തി, മണ്ഡോദരി എന്നീ പുരാണ നായികമാരുടെ ജീവിതകഥകളെ ആധാരമാക്കിയുള്ള പഞ്ചകന്യ അവതരണമാണ് ഏറ്റവും ഉൽകൃഷ്ടമായ ഒഡീസി നൃത്തമെന്നു കരുതുന്നു.

തുള്ളൽ

കേരളത്തിൽ പ്രചാരത്തിലിരിക്കുന്ന ജനകീയമായ ഒരു കലാരൂപമാണ് തുള്ളൽ. ക്ഷേത്രകലകളുടെ വിഭാഗത്തിൽ ഉൾപ്പെടുത്താവുന്ന തുള്ളൽ 18-ാം നൂറ്റാണ്ടിന്റെ ആവിർഭാവമെന്ന് കരുതുന്നു. കൂത്തിനെതിരെ കുഞ്ചൻനമ്പ്യാർ അവതരിപ്പിച്ച കലാരൂപമാണ് തുള്ളൽ എന്നൊരു ധാരണ പ്രചാരത്തിലുണ്ട്. ഒരിക്കൽ അമ്പലപ്പുഴ ക്ഷേത്രത്തിൽ കൂത്തിന് മിഴാവു കൊട്ടുകയായിരുന്ന നമ്പ്യാർ ഉറങ്ങിപ്പോ

തുള്ളൽ

യെന്നും താളം പിഴയ്ക്കുകയാൽ ചാക്യാർ പരസ്യമായി നമ്പ്യാരെ ശകാരിച്ചുവെന്നും പരിഹാസത്തിൽ മനംനൊന്ത നമ്പ്യാർ തൊട്ടടുത്ത ദിവസംതന്നെ കൂത്തുനടക്കുന്നതിനടുത്തുതന്നെ ആദ്യത്തെ തുള്ളൽ അവതരിപ്പിക്കുകയും ചെയ്തു എന്നാണ് തുള്ളലിന്റെ ഉല്പത്തിയെക്കുറിച്ചുള്ള ഐതിഹ്യം. ഓട്ടൻതുള്ളൽ, ശീതങ്കൻതുള്ളൽ, പറയൻതുള്ളൽ എന്നിങ്ങനെ തുള്ളലിന് മൂന്നുരൂപങ്ങളുണ്ട്. തുള്ളൽക്കാരന്റെ വേഷവിധാനവും ഉപയോഗിക്കുന്ന തുള്ളൽപ്പാട്ടുകളുടെ വൃത്തവിശേഷങ്ങളും ആസ്പദമാക്കിയാണ് തുള്ളൽ ഓട്ടനാണോ, ശീതങ്കനാണോ, പറയനാണോ എന്ന് നിർണ്ണയിക്കുന്നത്. സാധാരണയായി തരംഗിണിയാണ് തുള്ളൽപ്പാട്ടുകളുടെ വൃത്തം എന്ന് അറിയപ്പെടുന്നത്.

9

ആധുനിക കവിത്രയം

മലയാള കവിതാസാഹിത്യത്തിൽ പരിവർത്തനത്തിന് തുടക്കം കുറിച്ച കവികളാണ് കുമാരനാശാൻ, ഉള്ളൂർ, വള്ളത്തോൾ എന്നിവർ. ആധുനിക കവിത്രയം എന്നാണ് ഇവരെ വിശേഷിപ്പിക്കുന്നത്. വിഷയസ്വീകരണത്തിലും ആവിഷ്കാരത്തിലും നൂതനത്വം അവകാശപ്പെടുന്നതാണ് ഇവരുടെ കൃതികൾ.

ഉള്ളൂർ എസ് പരമേശ്വരയ്യർ

ബഹുഭാഷാപണ്ഡിതനും കവിയും ഭാഷാചരിത്രകാരനുമാണ് ഉള്ളൂർ എസ് പരമേശ്വരയ്യർ. കുട്ടിക്കവിതകളും ഗഹനമേറിയ കാവ്യവിഷയങ്ങളും ഉള്ളൂർ കവിതയ്ക്ക് വിഷയമായിട്ടുണ്ട്. ഭാരതീയസംസ്കാരത്തോടുള്ള തീവ്രമായ അടുപ്പം അദ്ദേഹത്തിന്റെ കവിതകളിൽ പ്രതിഫലിക്കാറുണ്ട്. വിശ്വമാനവികതയ്ക്കു വേണ്ടി ഉള്ളൂർ തന്റെ കവിതയിലൂടെ ശ്രമിച്ചു.

ഉള്ളൂർ

കർണ്ണഭൂഷണം, പിംഗള, കിരണാവലി,താരഹാരം, തരംഗിണി, മണിമഞ്ജുഷ, ദീപാവലി, കല്പശാഖി, അമൃതധാര എന്നിവ ഉള്ളൂരിന്റെ ശ്രദ്ധേയമായ രചനകളാണ്. *ഉമാകേരളം* ആണ് അദ്ദേഹത്തിന്റെ മഹാകാവ്യം. ജാതി-മത-വർണ്ണ ചിന്തകൾക്കെല്ലാമപ്പുറം ഈശ്വരൻ എല്ലാവരിലും കുടികൊള്ളുന്നു എന്ന ആശയാവിഷ്കാരമാണ് *ഭക്തിദീപിക*യിൽ കാണാൻ കഴിയുന്നത്. 'ജാതിയൊന്നു മതമൊന്നു വർണ്ണമൊന്നു നിൻവയറ്റിൽ-ജാതരായ ഞങ്ങൾക്കെല്ലാം കേരളീയത്വം'. ഉന്നതകുലത്തിൽ ജനിച്ചിട്ടും ജാതിമതമായ ഉച്ചനീചത്വങ്ങളെ ഉള്ളൂർ ഒരിക്കലും അംഗീകരിച്ചിരുന്നില്ല.

'ഒരൊറ്റമതമുണ്ടുലകിന്നുയിരാം
പ്രേമമതൊന്നല്ലോ......'എന്നാരംഭിക്കുന്ന 'പ്രേമസംഗീത'വും ഉള്ളൂരിന്റെ കാഴ്ചപ്പാടിനെ വ്യക്തമാക്കുന്ന കവിതയാണ്. ചരിത്രത്തെ ഇതിവൃത്തമാക്കി ഉള്ളൂർ രചിച്ച മഹാകാവ്യമാണ് *ഉമാകേരളം.* സ്വന്തം നാടിന്റെ സൗന്ദര്യവും സംസ്കാരവും വിഷയമാക്കി ഉള്ളൂർ കാവ്യരചന നടത്തി എന്നതാണ് *ഉമാകേരള*ത്തിന്റെ പ്രത്യേകത.

'പാരം കരിമ്പുപനസം മുളകേലമിഞ്ചി
കേരംകവുങ്ങുതളിർ വെറ്റിലയേത്തവാഴ
ഈ രമ്യ വസ്തുതതി ചേർന്നു വിളങ്ങുമീനൽ-
പ്പാരഗ്ര കല്പതരു മണ്ഡിതനന്ദനാം'

*ഉമാകേരള*ത്തിലെ കേരളീയതയുടെ വർണ്ണനയാണ് ഈ വരികൾ. ഉജ്ജ്വലമായ ദേശഭക്തിയുടെ പ്രചോദനത്തിലാണ് ഉള്ളൂർ *ഉമാകേരള*ത്തിന്റെ രചന നടത്തിയത്.

ഉള്ളൂരിന്റെ എല്ലാ കവിതകൾക്കും വ്യക്തമായ ഒരു സന്ദേശമോ ഗുണപാഠമോ ഉണ്ടാകും. അദ്ദേഹത്തിന്റെ രചനാരീതി, അലങ്കാര പ്രയോഗം, ധർമ്മോപദേശം, വിജ്ഞാനം, വിഷയസ്വീകരണം എന്നിവയെല്ലാം ഏറെ വ്യത്യസ്തതയോടെതന്നെ നിലനില്ക്കുന്നു.

പ്രധാന - വരികൾ

- ഒരൊറ്റ മതമുണ്ടുലകിന്നുയിരാം പ്രേമ-മതൊന്നല്ലോ
  പരക്കെ നമ്മെപ്പാലമൃതൂട്ടും പാർവ്വണ ശശിബിംബം

- വിളക്കുകൈവശമുള്ളവനെങ്ങും വിശ്വം ദീപമയം
  വെൺമ മനസ്സിൽ വിളങ്ങിന ഭദ്രനു മേന്മേലമൃതമയം

- നമിക്കിലുയരാം, നടുകിൽത്തിന്നാം,
  നല്കുകിൽ നേടീടാം,
  നമുക്കു നാമേപണിവതുനാകം നരകവുമതുപോലെ

- കണ്ണൻ കപടഗോപാലൻ
  കൈവല്യാംബുഘനാഘനം
  ചെയ്തകാര്യം സകലതും
  ജഗന്മോഹനമോഹനം

- ശാസ്ത്രം-നരൻ സൃഷ്ടിരഹസ്യരത്നം
  സന്ദർശനം ചെയ്വതിനുള്ള ദീപം
  കത്തിജ്ജ്വലിച്ചിന്നുതകം ദഹിക്കും
  കല്പാനലപ്രക്രിയ കാട്ടിടുന്നു

- വ്യാസൻ വരിഷ്ഠമഹർഷി
  വസുധാ ശ്രോത്രജാനുജൻ
  മർത്ത്യ പുണ്യപരിപാകം
  മഹാഭാരത ഗായകൻ

- സജീവമായുള്ളൊരു സർവ്വരാജ്യ-
  സഖ്യം പ്രതിഷ്ഠാപിതമായിടട്ടെ
  അതിന്റെ നാമശ്രവണക്ഷണത്തി-
  ലധർമ്മരക്ഷസ്സുനടുങ്ങിടട്ടെ

കുമാരനാശാൻ

1873 ഏപ്രിൽ 12 ന് തിരുവനന്തപുരം ജില്ലയിലെ കായിക്കരയിൽ ജനിച്ചു. പാരമ്പര്യരീതിയിൽ വിദ്യാഭ്യാസം നേടിയ ശേഷം മണമ്പൂർ ഗോവിന്ദനാശാന്റെ കീഴിൽ സംസ്കൃതത്തിൽ

കുമാരനാശാൻ

ഉപരിപഠനം നടത്തി. പഠനത്തിൽ അസാധാരണമായ സാമർത്ഥ്യം പ്രകടിപ്പിച്ചിരുന്ന കുമാരു കവിതാരചനയിലും സമർത്ഥനായിരുന്നു. ശ്രീനാരായണഗുരുവുമായുള്ള അടുപ്പം ആശാന്റെ വ്യക്തിത്വം വികസിപ്പിക്കുന്നതിൽ ഏറെ സഹായിച്ചിട്ടുണ്ട്. ഉൽകൃഷ്ട ചിന്തകളും ജീവിത ദർശനങ്ങളുമാണ് ആശാൻ കവിതകളുടെ കരുത്ത്.

1907 ൽ ആശാൻ രചിച്ച *വീണപൂവ്* ആണ് മലയാളകവിതയിൽ കാല്പനികതയ്ക്ക് തുടക്കം കുറിച്ച കാവ്യം. ജീവിതം നശ്വരമാണ് എന്ന ശാശ്വത സത്യത്തെയാണ് ആശാൻ *വീണപൂവി*ലൂടെ അവതരിപ്പിച്ചത്.

'ഹാ പുഷ്പമേ അധികതുംഗപദത്തിലെത്ര
ശോഭിച്ചിരുന്നിതൊരു രാജ്ഞികണക്കെയേ നീ
ശ്രീ ഭൂവിലസ്ഥിര - അസംശയം - ഇന്നു നിന്റെ -
യാഭൂതിയെങ്ങു, പുനരിങ്ങു കിടപ്പിതോർത്താൽ'

എന്നു തുടങ്ങി നാല്പത്തിയൊന്നു ശ്ലോകങ്ങളിലായി പൂവിന്റെ ജീവിതം ചിത്രീകരിക്കുന്നു. പൂവിനെ പ്രതീകമാക്കി മനുഷ്യജീവിതമാണ് കവി അവതരിപ്പിക്കുന്നത്. കുമാരനാശാന്റെ കാവ്യ ജീവിതത്തിലും മലയാളകവിതയുടെ ചരിത്രത്തിലും *വീണപൂവ്* ഒരു പുത്തൻ കാലഘട്ടത്തിന്റെ തുടക്കമായി. പിന്നീടുള്ള 16 വർഷക്കാലം ആശാന്റെ കാവ്യജീവിതം സമ്പന്നമായ കാലമായിരുന്നു.

'സ്നേഹമാണഖിലസാരമൂഴിയിൽ
സ്നേഹസാരമിഹസത്യമേകമാം'

എന്ന *നളിനി*യിലെ വരികൾ സ്നേഹത്തിന്റെ ആത്മചൈതന്യം കാട്ടിത്തരുന്നു. ഒരു സ്നേഹം എന്നുകൂടി പേരു നല്കിയിരിക്കുന്നതാണ് ഈ കാവ്യം.

രാമായണകഥ കുട്ടികൾക്കുവേണ്ടി *ബാലരാമായണം* എന്ന

ആശാൻ സ്മാരകം, തോന്നയ്ക്കൽ

പേരിൽ ആശാൻ രചിച്ചു. *വാല്മീകി രാമായണ*ത്തിലെ വളരെ പ്രധാനപ്പെട്ട ഒരുഭാഗം തിരഞ്ഞെടുത്ത് കാവ്യപരിവേഷണം നല്കിയതാണ് ആശാന്റെ *ചിന്താവിഷ്ടയായ സീത*. കേരളത്തിലെ ജാതിവ്യവസ്ഥകൾക്കും സാമൂഹിക അസമത്വങ്ങൾക്കും എതിരെ കാവ്യഭാഷയിലൂടെ ശക്തമായി പ്രതികരിക്കാൻ ആശാനു കഴിഞ്ഞിട്ടുണ്ട്. അതിനുള്ള ഏറ്റവും നല്ല ഉദാഹരണമാണ് *ദുരവസ്ഥ, ചണ്ഡാലഭിക്ഷുകി* തുടങ്ങിയ കാവ്യങ്ങൾ.

'മാറ്റുവിൻ ചട്ടങ്ങളെ സ്വയമല്ലെങ്കിൽ
മാറ്റുമതുകളീ നിങ്ങളെത്താൻ–'

എന്ന *ദുരവസ്ഥ*യിലെ വരികൾ കേരളീയ സമൂഹത്തെ ഒന്നാകെ ചിന്തിപ്പിച്ചു.

ജാതിരാക്ഷസന്മാരുടെ ചിന്തകളെ ശുദ്ധീകരിക്കാൻ പാകത്തിൽ ആശാനെഴുതിയ കാവ്യമാണ് *ചണ്ഡാലഭിക്ഷുകി.*

'ജാതി ചോദിക്കുന്നില്ല ഞാൻ സോദരീ,
ചോദിക്കുന്നു നീർ നാവുവരണ്ടഹോ
ഭീതിവേണ്ടാ തരികതെനിക്കു നീ'.

മനുഷ്യനിർമ്മിതമായ ജാതിയുടെപേരിൽ മനുഷ്യരെ പരസ്പരം അകറ്റുന്നത് അനീതിയാണെന്ന് ആശാൻ ഈ കാവ്യത്തിലൂടെ പറയുന്നു.

കുമാരനാശാൻ അവസാനമായി രചിച്ച ഖണ്ഡകാവ്യമാണ് *കരുണ.* വാസവദത്ത എന്ന വേശ്യാസ്ത്രീയുടെ ജീവിതത്തിലെ വ്യത്യസ്തമായ അവസ്ഥകളാണ് ഈ കൃതിയിലൂടെ അവതരിപ്പിക്കുന്നത്.

തനിക്ക് ഗുരുതുല്യനായിരുന്ന എ ആർ രാജരാജവർമ്മയുടെ നിര്യാണത്തിൽ ദുഖിച്ചുകൊണ്ടെഴുതിയ വിലാപകാവ്യമാണ് *പ്രരോദനം.*

'സ്വാതന്ത്ര്യം തന്നെയമൃതം
സ്വാതന്ത്ര്യം തന്നെ ജീവിതം
പാരതന്ത്ര്യം മാനികൾക്കു
മൃതിയേക്കാൾ ഭയാനകം'

എന്ന ഉദ്ബോധനത്തിലെ വരികൾ ആശാന്റെ സ്വാതന്ത്ര്യ സങ്കല്പം വ്യക്തമാക്കുന്നു. പദ്യസാഹിത്യത്തിനൊപ്പം ഗദ്യ സാഹിത്യത്തിന്റെ വളർച്ചയ്ക്കും ആശാൻ ഏറെ സംഭാവനകൾ നല്കി. *വിവേകോദയം, പ്രതി* തുടങ്ങിയ പത്രമാസികളിലൂടെ ആശാൻ ഒട്ടേറെ നിരൂപണ ലേഖനങ്ങളും രചിച്ചിട്ടുണ്ട്.

PHOTO പല്ലന കുമാരകോടി

കവിയായും സാമൂഹ്യപരിഷ്കർത്താവായും വിജയം വരിച്ച കവിയാണ് കുമാരനാശാൻ. 1924 ൽ പല്ലനയാറിൽ ഉണ്ടായ റെഡീമർ ബോട്ടപകടത്തിൽ ആശാൻ മരണപ്പെട്ടു. മഹാകാവ്യം എഴുതാതെ മഹാകവിയായ ആശാൻ മലയാള സാഹിത്യത്തിൽ ശുക്രനക്ഷത്രമായി നിലകൊള്ളുന്നു.

പ്രധാന കൃതികൾ

ഒരു സിംഹപ്രസവം (1908), *നളിനി* (1911), *ലീല* (1914), *ബാല രാമായണം* (1916), *ശ്രീബുദ്ധചരിതം* (1917-1924), *ഗ്രാമവൃക്ഷ ത്തിലെ കുയിൽ* (1918), *പ്രരോദനം, ചിന്താവിഷ്ടയായ സീത* (1919), *പുഷ്പവാടി, ദുരവസ്ഥ, ചണ്ഡാലഭിക്ഷുകി* (1922), *കരുണ* (1923), *മണിമാല* (1924), *വനമാല* (1925).

പ്രധാന വരികൾ

- സ്നേഹമാണഖിലസാരമൂഴിയിൽ
  സ്നേഹസാരമിഹ സത്യമേകമാം

- കണ്ണേ മടങ്ങുക കരിഞ്ഞുമലിഞ്ഞുമാശു
  മണ്ണാകുമീ മലരു വിസ്മൃതമാകുമിപ്പോൾ
  എണ്ണീടുകാർക്കുമിതുതാൻഗതി; സാദ്ധ്യമെന്തു
  കണ്ണീരിനാൽ? അവനിവാഴ്‌വു കിനാവു കഷ്ടം!

- ഇന്നു ഭാഷയിതപൂർണ്ണമിങ്ങഹോ
  വന്നുപോം പിഴയുമർത്ഥശങ്കയാൽ

- ഹാ, സുഖങ്ങൾ വെറും ജാലം ആരറിവൂ
  നിയതിതൻ ത്രാസുപൊങ്ങുന്നതും
  താനേ താണു പോവതും

- മാറ്റുവിൻ ചട്ടങ്ങളെ സ്വയമല്ലെങ്കിൽ
  മാറ്റുമതുകളീ നിങ്ങളെത്താൻ

- അന്തണനെ ചമച്ചുള്ള കയ്യല്ലോ-
  ഹന്ത! നിർമ്മിച്ചുചെറുമനേയും

- നരജീവിതമായവേദന-
  യ്ക്കൊരുമട്ടർഭകരൗഷധങ്ങൾ താൻ

- അഴലും സുഖവും സ്ഫുരിപ്പതും
  നിഴലും ദീപവുമെന്നപോലവേ

- ഒരു വേള പഴക്കമേറിയാൽ
  ഇരുളും മെല്ലെ വെളിച്ചമായ്‌വരും
  ശരിയായ് മധുരിച്ചിടാം സ്വയം-
  പരിശീലിപ്പൊരു കയ്പുതാനുമേ

- അനിയന്ത്രിതമായി ചിലപ്പൊഴീ
- മനമോടാത്ത കുമാർഗ്ഗമില്ലടോ

- പൂക്കുന്നിതാ മുല്ല പൂക്കുന്നിലഞ്ഞി
  പൂക്കുന്നു തേന്മാവു പൂക്കുന്നശോകം

- വിശപ്പിന്നുവിഭവങ്ങൾ വെറുപ്പോളമശിച്ചാലും
  വിശിഷ്ടഭോജ്യങ്ങൾ കാൺകിൽ കൊതിയാമാർക്കും
- പരിസരശക്തിഗുണത്താൽ മർത്ത്യർ
  പരിശുദ്ധരാകും പാപിഷ്ഠർപോലും

വള്ളത്തോൾ നാരായണമേനോൻ

വള്ളത്തോൾ

ദേശീയതയുടെ കവി എന്നറിയപ്പെടുന്ന വള്ളത്തോൾ നാരായണമേനോൻ 1878 ഒക്ടോബർ 16-ാം തീയതി മലബാറിലെ പൊന്നാനി താലൂക്കിൽ മംഗലം അംശത്തിൽപ്പെട്ട വള്ളത്തോൾ തറവാട്ടിൽ ജനിച്ചു. കാല്പനികതയുടെ സൗന്ദര്യം മലയാളികൾക്ക് പരിചയപ്പെടുത്തിത്തരാൻ വള്ളത്തോളിനു കഴിഞ്ഞു. ഹൈന്ദവ-ക്രൈസ്തവ പുരാണങ്ങളും മഹാന്മാരും ദേശസ്നേഹവും സാമൂഹികാവസ്ഥയും വള്ളത്തോൾ കവിതയ്ക്കു വിഷയമായിരുന്നു. സൗന്ദര്യോപാസകനായ മഹാകവി എന്നും വള്ളത്തോളിനെ വിശേഷിപ്പിക്കുന്നു. ലോകസമാധാന പ്രസ്ഥാനത്തിന്റെയും ഇന്ത്യൻ ദേശീയതയുടെയും സന്ദേശവാഹകനായിരുന്നു അദ്ദേഹം.

'ഭാരതമെന്ന പേർ കേട്ടാലഭിമാന-
പൂരിതമാകണമന്ത രംഗം
കേരളമെന്നുകേട്ടാലോ തിളയ്ക്കണം
ചോര നമുക്കു ഞരമ്പുകളിൽ'

കേരളീയതയും ഭാരതീയതയും സ്ഫുരിക്കുന്ന വരികളാണിത്. സ്വന്തം നാടിനോടുള്ള സ്നേഹം ഒരു വികാരമായി മാറുന്ന അവസ്ഥയാണിതിൽ തെളിയുന്നത്. കാലഘട്ടത്തിനനുയോജ്യമായ രീതി കവിതയിൽ സ്വീകരിച്ചു. കേരളീയ കലകളെ ഉദ്ധരിക്കാൻ ശ്രമിച്ചു. ലളിതമായ പദങ്ങൾകൊണ്ട് കവിതാദേവിയെ സുന്ദരമാക്കിയതിനാൽ ശബ്ദസുന്ദരൻ എന്ന വിശേഷണം അദ്ദേഹം നേടി. കേരളപാരമ്പര്യത്തിൽ അഭിമാനം പൂണ്ട കവിയാണ് വള്ളത്തോൾ. 'തറവാട്ടമ്മ' എന്ന കവിതയിലെ പ്രസ്തുത വരികൾ വള്ളത്തോളിന്റെ മാതൃഭാഷാസ്നേഹത്തിനുദാഹരണമാണ്.

'എന്നുടെ ഭാഷ താനെൻ തറവാട്ടമ്മ-
യന്യയാം ഭാഷ വിരുന്നുകാരി'

അമ്മയെപ്പോലെ ഭാഷയെ സ്നേഹിക്കുന്ന കവിയാണ് വള്ളത്തോൾ.

'സംസ്കൃതഭാഷതൻ സ്വാഭാവികൗജസ്സും
സാക്ഷാൽ തമിഴിന്റെ സൗന്ദര്യവും
ഒത്തുചേർന്നുള്ളൊരു ഭാഷയാണെൻഭാഷ
മത്താടിക്കൊൾകഭിമാനമേ നീ

എന്ന് അദ്ദേഹം അഭിമാനം കൊണ്ടു. *ബധിരവിലാപം, ബന്ധനസ്ഥനായ അനിരുദ്ധൻ, ശിഷ്യനും മകനും അച്ഛനും മകളും* എന്നീ ഖണ്ഡകാവ്യങ്ങളും *ചിത്രയോഗം* എന്ന മഹാകാവ്യവും, *സാഹിത്യമഞ്ജരി* എന്ന കാവ്യസമാഹാരവും വള്ളത്തോളിന്റെ ഏറെ ശ്രദ്ധേയമായ രചനകളാണ്.

കവിതയെ നാടകീയമായി ആവിഷ്കരിക്കുന്നതിൽ ഏറെ വിജയിച്ച കവിയാണ് വള്ളത്തോൾ. അദ്ദേഹത്തിന്റെ *അച്ഛനും മകളും, ശിഷ്യനും മകനും* തുടങ്ങിയ ഖണ്ഡകാവ്യങ്ങൾ വാങ്മയചിത്രങ്ങൾ അവതരിപ്പിക്കുന്നതിൽ വള്ളത്തോളിന്റെ പ്രാഗത്ഭ്യം ഏറെ വ്യക്തമാകുന്ന കൃതികളാണ്. മഹാത്മാഗാന്ധിയുടെ വിയോഗത്തെ മുൻനിർത്തി വള്ളത്തോൾ എഴുതിയ വിലാപകാവ്യമാണ് *ബാപ്പുജി.* പതിനൊന്ന് ഭാഗങ്ങളായി പ്രസിദ്ധീകരിച്ചിരിക്കുന്ന *സാഹിത്യമഞ്ജരി* വള്ളത്തോളിന്റെ കാവ്യജീവിതത്തിലെ നിർണ്ണായക സംഭാവനയാണ്. *കഥാസരിത് സാഗര*ത്തിലെ മന്ദാരവതീസുന്ദരസേന കഥയാണ്

കലാമണ്ഡലം

ചിത്രയോഗം മഹാകാവ്യത്തിലെ ഇതിവൃത്തം.

ക്രിസ്തുവിനെയും, കൃഷ്ണനെയും നബിയെയും ബുദ്ധനെയും ഒത്തുചേർന്ന് ഗാന്ധിജിയിൽ കാണുന്ന വള്ളത്തോൾ കവിതയാണ് 'എന്റെ ഗുരുനാഥൻ'. കവി എന്നതിലുപരി വള്ളത്തോളിനെ ലോകജനത സ്മരിക്കുന്നത് കേരള കലാമണ്ഡല സ്ഥാപകൻ എന്ന നിലയിലാണ്. കലാമണ്ഡലസ്ഥാപനത്തിലൂടെ അദ്ദേഹം കഥകളിയെ ലോകപ്രശസ്തമാക്കി. കലയെയും കവിതയെയും ഒരുപോലെ സ്നേഹിച്ച കവിയാണ് വള്ളത്തോൾ നാരായണമേനോൻ. വള്ളത്തോൾ കവിതകളിൽ തെളിയുന്ന ദേശീയതയും മാതൃഭാഷാസ്നേഹവും പിന്നീടുവന്ന മലയാള ജനതയ്ക്ക് പ്രേരണയും വഴികാട്ടിയുമായെന്ന് നിസ്സംശയം പറയാം.

വള്ളത്തോളിന്റെ പ്രധാന കൃതികൾ, വരികൾ

സാഹിത്യമഞ്ജരി (പതിനൊന്നു ഭാഗങ്ങൾ), *ഗണപതി, അച്ഛനും മകളും, ശിഷ്യനും മകനും, ബന്ധനസ്ഥനായ അനിരുദ്ധൻ, മഗ്ദലനമറിയം, ബാപ്പുജി, ബധിരവിലാപം, ചിത്രയോഗം* (മഹാകാവ്യം), *വാല്മീകിരാമായണം, ഋഗ്വേദം, അഭിജ്ഞാനശാകുന്തളം* (തർജ്ജമ)

- ഭാരതമെന്ന പേർ കേട്ടാൽ അഭിമാന-
  പൂരിതമാകണമന്തഃരംഗം

കേരളമെന്നുകേട്ടാലോ തിളയ്ക്കണം
ചോര നമുക്ക് ഞരമ്പുകളിൽ

- ബന്ധുരകാഞ്ചനക്കൂട്ടിലാണെങ്കിലും
ബന്ധനം ബന്ധനം തന്നെ പാരിൽ

- കാവ്യം സുഗേയം കഥ രാഘവീയം
കർത്താവു തുഞ്ചത്തുളവായ ദിവ്യൻ
ചൊല്ലുന്നതോ ഭക്തിമയസ്വരത്തിൽ
ആനന്ദലബ്ധിക്കിനിയെന്തുവേണം

- ലോകമേ തറവാട്, തനിക്കീച്ചെടികളും
പൂക്കളും പുഴകളും കൂടിത്തൻ കുടുംബക്കാർ
ത്യാഗമെന്നതേ നേട്ടം, താഴ്മതാനഭ്യുന്നതി

- മറ്റുള്ള ഭാഷകൾ കേവലം ധാത്രിമാർ
മർത്ത്യനു പെറ്റമ്മ തൻ ഭാഷതാൻ

- കൊട്ടാരം ചിന്തയാൽ ജാഗരം കൊള്ളുന്നു
കൊച്ചുകുടിൽക്കത്രേ നിദ്രാസുഖം

- ധ്വസ്തഭുവനമാം ദൗഷ്ട്യമേ നിൻതല-
യെത്ര പരത്തിയുയർത്തിയാലും
ഇക്കർമ്മഭൂമിതൻ പിഞ്ചുകാൽ പോരുമേ
ചിക്കന്നതൊക്കെച്ചവിട്ടിത്താഴ്ത്താൻ

- പാവങ്ങൾ തൻ പ്രാണമരുത്തുവേണം
പാപപ്രഭുക്കൾക്കിഹ പങ്കവീശാൻ

- രാമൻ ജഗൽസത്തമനാണുപോലും
വിദ്യാദർപ്പണം പാത്രമറിഞ്ഞുവേണം

9 789388 485203

Printed by Libri Plureos GmbH in Hamburg, Germany